അന്ന്
അവിടെ
അങ്ങിനെ

Nadakkavu, Kozhikode, Kerala, 673011
www.insightpublica.com
e-mail: insightpublica@gmail.com
Title: **Annu Avide Angane**
(Malayalam)
Author: **Unnikrishnan PA**
Illustration: Ragesh Paleri& Ratheesh Paleri
Cover Design: Ragesh Paleri
First Edition: September 2024
Copyright © Reserved
All rights reserved.
Printed and Published by
InsightinPublica Printers & Publishers Pvt. Ltd.
ISBN 978-93-5517-616-5
₹210

അന്ന്
അവിടെ
അങ്ങിനെ

ഉണ്ണിക്കൃഷ്ണൻ പിഎ

നോവൽ

വാർദ്ധക്യത്തിന്റെ വ്യാകുലതകൾ
ബാല്യത്തിന്റെ കൗതുകങ്ങൾ

കാസർഗോഡ് ജില്ലയിലെ പുത്തിലോട്ട് 1957ൽ ജനനം. അച്ഛൻ പി എ) ശങ്കരൻ നമ്പ്യതിരി.അമ്മ സാവിത്രി അന്തർജനം. കടത്തനാട്ട് രാജാസ് ഹൈസ്കൂൾ, മടപ്പള്ളി ഗവൺമെൻറ് കോളേജ്, കാഞ്ഞങ്ങാട് നെഹ്റു ആർട്സ് ആൻഡ് സയൻസ് കോളേജ് എന്നിവിടങ്ങളിൽ പഠനം. ചരിത്രത്തിലും സാമ്പത്തിക ശാസ്ത്രത്തിലും ബിരുദം. ഇംഗ്ലീഷ് സാഹിത്യത്തിൽ ബിരുദാനന്തര ബിരുദം. ജേർണലിസത്തിൽ പി.ജി ഡിപ്ലോമ. അധ്യാപനം, മാർക്കറ്റിംഗ്, അഡ്വർടൈസിങ്ങ് മേഖലകളിൽ പ്രവർത്തിച്ചു. ടി.കെ.സി ഗ്രൂപ്പിൽ കോപ്പി റൈറ്റർ ആയിരിക്കെ ചെയ്ത പരസ്യ ക്യാപ്ഷനുകൾക്ക് പെപ്പർ, ഫ്ക്ക, കെ ത്രി എ പുരസ്കാരങ്ങൾ ലഭിച്ചു. ഇപ്പോൾ ഫ്രീലാൻസ് കോപ്പി റൈറ്റർ.

ഭാര്യ: ഗിരിജ (റിട്ട:അധ്യാപിക)

മകൻ: ഉദയ്ശങ്കർ

മരുമകൾ: പാർവതി

പേരമകൾ: നിർത്ധര ശങ്കർ

പ്രസിദ്ധീകരിച്ച കൃതികൾ:

ഇടം കൈ വലംകൈയോട് പറഞ്ഞത് (അതിജീവനത്തിന്റെ അനുഭവങ്ങൾ), ഒരുമിക്കാം ഓർമ്മകൾക്കൊപ്പം (ഓർമ്മക്കുറിപ്പുകൾ), വിസ്മതമാകാത്ത വിസ്മയങ്ങൾ (യാത്രാവിവരണം)

വിലാസം: നൈമിശാരണ്യം

ചേടിറോഡ്

ഉപ്പിലിക്കൈ പി.ഒ

നീലേശ്വരം 671 314

കാസർഗോഡ് ജില്ല

ഫോൺ: 9446438433

Email: paunnikrishnan3@gmail.com

പി.എ ഉണ്ണിക്കൃഷ്ണൻ

സമർപ്പണം

സ്മരണകളെ സ്നേഹിക്കുന്ന, നിനവുകളെ നട്ടനനച്ച വളർത്തുന്ന
അക്ഷരോപാസകരായ പ്രിയപ്പെട്ട വായനക്കാർക്ക്

മുഖമൊഴി

നിനച്ചിരിക്കാതെ നിറയുന്ന നിനവുകളിലൂടെ....

മറവിയിൽ മായാതെയുണ്ട് പണ്ടെങ്ങോ വായിച്ച ചില വരികൾ. അത് എത്രമാത്രം ശരിയാണെന്ന് തോന്നുന്നു ഇപ്പോൾ. അത് ഏതാണ്ട് ഇങ്ങനെയാണ്.

മനസ്സിനെ ഭൂതകാലം വേട്ടയാടി കൊണ്ടിരിക്കുന്ന ഒരു ഘട്ടമുണ്ടാകും നമ്മുടെയൊക്കെ ജീവിതയാത്രയിൽ. അത് ഒരു അസ്വസ്ഥതയായി, സുഖകരമായ നൊമ്പരമായി, നമ്മെ വിടാതെ പിന്തുടരും. നമ്മൾ ചെറുപ്പത്തിൽ ജീവിച്ച ഇടം, വളരെ അടുപ്പമുള്ള ചില വ്യക്തികൾ, അവരുടെ ചില സ്വഭാവസവിശേഷതകൾ, ചില സംഭവങ്ങൾ, എല്ലാം നമ്മെ അലട്ടി കൊണ്ടേയിരിക്കും. ഓർമ്മകളായി, ചിന്തകളായി, സ്വപ്നങ്ങളായി അവ എപ്പോഴും നമുക്കൊപ്പം ഉണ്ടാകും.

സുഖകരമായ ഈ അസ്വസ്ഥതയിൽ നിന്ന് മോചനം നേടാനായി ഒരു പോംവഴി മാത്രമായിരിക്കും അപ്പോൾ മുന്നിൽ തെളിയുക. മറവി വന്ന് മൂടുന്നതിനു മുമ്പ് അവയെല്ലാം മനസ്സിൽ നിന്ന് ചുരണ്ടിയെടുത്ത് കഴിയുന്നതും വേഗം കടലാസിലേക്ക് വിതറുക.

സുഖകരമായ അസ്വസ്ഥതയെ കുടഞ്ഞു കളയാൻ ഏറ്റവും നല്ല മാർഗ്ഗം അതാണ് എന്നാണ് അനുഭവങ്ങൾ നൽകിയ പാഠം. അപ്പോൾ ലഭിക്കുന്ന ആത്മനിർവൃതിയും ആശ്വാസവും സംതൃപ്തിയും അനിർവചനീയമാണ്. ഒരുപക്ഷേ അത് തന്നെയായിരിക്കാം അക്ഷരോപാസനയിലൂടെ ലഭിക്കുന്ന അനുഭൂതിയും അനുഗ്രഹവും.

1960 കളുടെ രണ്ടാം പകുതിയിലെ ഒരു 11കാരൻ പയ്യന്റെ ജീവിത രീതികളിലേക്കും ചുറ്റപാടുകളിലേക്കും മനസ്സിനെ മേയാൻ വിട്ടമ്പോൾ ഉദ്ദേശം അര നൂറ്റാണ്ടിനപ്പറത്തെ ഓരോ ചെറിയ ചെറിയ കാര്യങ്ങളും ഇന്നലെ കഴിഞ്ഞ പോലെ മനസ്സിൽ തെളിഞ്ഞു വരികയാണ്.

അത്രമേൽ സുപരിചിതമാണ് എനിക്ക് അതെല്ലാം.

ഒരു ബാല്യത്തിന്റെ കൗതുകങ്ങളിലേക്കും ഒരു വാർദ്ധക്യത്തിന്റെ വിഹ്വലതകളിലേക്കും ഞാൻ കൂടുവിട്ട് കൂട മാറുകയാണ്. പരകായ പ്രവേശം, നഴഞ്ഞുകയറ്റം എന്നൊക്കെ വേണമെങ്കിൽ പറയാം. ഇതിന്റെ രണ്ടിന്റെയും ഇടയില്ലൂടെയുള്ള യാത്ര വലിയ ദുഷ്കരമായിരുന്നു.

അന്നത്തെ ബാല്യവും വാർദ്ധക്യവും ഇന്നിൽ നിന്ന് എത്രമാത്രം വ്യത്യസ്തങ്ങളായ സവിശേഷതകൾ നിറഞ്ഞതാണ് എന്നത് നമ്മെ വിസ്മയിപ്പിക്കും.

ഫോൺ, ഫാൻ എന്തിന് ഒരു റേഡിയോ പോലും ആഡംബരവസ്തു ക്കൾ ആയിരുന്ന ഒരു കാലം. ഇന്ന് നാം അനുഭവിക്കുന്ന സുഖസൗകര്യ ങ്ങൾ വിദൂര സങ്കൽപങ്ങളിൽ പോലും സ്വപ്നങ്ങളിൽ പോലും വരാത്ത കാലം.

ഡ്രോയിങ്ങ് റൂമിലെ വിശാലമായ ടിവി സ്ക്രീനിൽ എണ്ണമറ്റ കാർട്ടൂൺ ചാനലുകൾ മാറിമാറി പ്ലേ ചെയ്ത രസിക്കുന്ന, സൗഹൃദങ്ങൾ യാന്ത്രി കമോ അന്യമോ ആയ ഇസ്തിരി ഉലയാത്ത യൂണിഫോം ധരിച്ച് ടൈയും ഷൂസും ഒക്കെയായി വാഹനങ്ങളിൽ ഹൈടെക് സ്കൂളുകളിലേക്ക് നിർ വികാരതയോടെയും നിസ്സംഗതയോടെയും നീങ്ങുന്ന ഇന്നത്തെ അണു കുടുംബത്തിലെ ഓമനക്കുട്ടികൾക്ക് ഉൾക്കൊള്ളാനാവാത്ത അവിശ്വസ നീയതയാർന്ന ഒരു കെട്ടുകഥയായിരിക്കും അന്നത്തെ ബാല്യം.

അതുപോലെ ആഡംബര സൗകര്യങ്ങൾ നിറഞ്ഞ ഇന്നത്തെ ഗ്ലോറിഫൈഡ് വൃദ്ധസദനങ്ങൾ ആയ റിട്ടയർമെൻറ് കമ്മ്യൂണിറ്റികളും വിവിധ മേഖലകളിലെ സീനിയർ സിറ്റിസൺസ് കൂട്ടായ്മകളും കൊച്ചു മക്കളുടെ കാര്യം നോക്കാൻ വിദേശത്ത് ജോലി ചെയ്യുന്ന മക്കളുടെ അടുത്തേക്ക് ഫ്ലൈറ്റുകളിലേറി പറക്കുന്ന മാതാപിതാക്കളോ കേട്ടുകേൾ വിപോലുമില്ലാത്ത അന്നത്തെ വാർധക്യം.

അങ്ങനെയൊരു ബാല്യത്തിലേക്ക് വാർദ്ധക്യത്തിലേക്ക് മനസ്സ കൊണ്ടുള്ള ഒരു മടക്കയാത്രയാണ് ഇതെന്ന് പറയാം. ഒരുപക്ഷേ ഇന്നത്തെ യുവത്വങ്ങൾക്ക് അന്നത്തെ ആ ബാല്യം പരിചിതമായിരി ക്കും. പക്ഷേ ഇന്നത്തെ ബാല്യത്തിന് ഇവയെല്ലാം പുതിയ കൗതുക ങ്ങളും വ്യത്യസ്തങ്ങളായ അന്തരീക്ഷങ്ങളും അറിവുകളും അത്ഭുതങ്ങളും നൽകിയേക്കും. അന്നൊക്കെ അങ്ങനെയായിരുന്നു എന്ന് അവർക്ക് മനസ്സിലാക്കാം.

വടക്കൻ പാട്ടിന്റെ വീരഗാഥകൾ ഉറങ്ങുന്ന കടത്തനാടിന്റെ ഹൃദയ തലമായ പുറമേരിയിൽ ആയിരുന്ന എന്റെ ബാല്യ കൗമാരങ്ങൾ

അലഞ്ഞു നടന്നിരുന്നത്. സ്വാഭാവികമായും കടത്തനാട്ടിന്റെ നാടൻ ശൈലികൾ അവിടവിടെ ചിതറി വീണിട്ടുണ്ടാകാം.

ജീവിതത്തിന്റെ സായംസന്ധ്യയിൽ നിസ്സംഗതയും നൈരാശ്യവും സംയമനവും വിരക്തിയും ഒക്കെ സ്വാംശീകരിച്ച് അനന്തതയിലേക്ക് നടന്ന മുത്തച്ഛനൊപ്പം ഒരു നിഴലായി നീങ്ങിയ ഒരു പേര മകന്റെ സ്മൃതിചിത്രങ്ങളാണ് ഇതിന്റെ ഇതിവൃത്തം.

ഇത് മുത്തച്ഛന്റെയും എന്റെയും കഥയാണോ എന്ന് ചോദിച്ചാൽ ആണെന്നും അല്ലെന്നും പറയാം. കേവലം ഒരു ജീവിതകഥയിൽ നിന്ന കന്ന്, ഒരു നിഴലായി മാറി നിന്ന്, ഒരു കാഴ്ചക്കാരൻ ആകാൻ ആണ് ഞാൻ ശ്രമിച്ചിട്ടുള്ളത്.

മുതിർന്നവർക്ക് മാത്രമല്ല കുട്ടികൾക്കും വായിക്കാനായി വളരെ ലളിതമായ രചനാരീതിയാണ് സ്വീകരിച്ചിട്ടുള്ളത്.

സുനിശ്ചിതമായ ആ അനിവാര്യതയിലേക്ക് കാലം നമ്മെ നയി ക്കുമ്പോൾ ആ യാത്രയുടെ ഏതെങ്കിലും ഒരു ഇടവേളയിൽ ബാല്യ കൗമാരങ്ങൾക്ക് കൗതുകങ്ങളായും യൗവനങ്ങൾക്ക് തിരിച്ചറിവുകളാ യും വാർദ്ധക്യങ്ങൾക്ക് താരതമ്യത്തിനുമായി ഈ ശ്രമം ഉപകരിക്കുക യാണെങ്കിൽ അതുതന്നെയായിരിക്കും ഈ അക്ഷരപരീക്ഷണത്തിന് ലഭിക്കുന്ന ഏറ്റവും വലിയ കൃതാർത്ഥതയും ധന്യതയും.

വാഹനാപകടത്തിൽ തകർന്ന് തളർന്ന പോയ എന്റെ വലംകൈ യ്ക്ക്, വിനയകൃഷ്ണൻ ഡോക്ടറുടെ വൈദഗ്ധ്യമാർന്ന ആയുർവേദ ചികി ത്സയിലൂടെ ഭാഗികമായ പുനർജന്മം ലഭിച്ചപ്പോൾ ആരംഭിച്ച എന്റെ സർഗ്ഗയാത്രയിലെ നാലാമത്തെ അക്ഷരാർച്ചനയാണിത്.

ആദ്യ പുസ്തകമായ അതിജീവനത്തിന്റെ അനുഭവങ്ങൾ, രണ്ടാമ ത്തെ ഓർമ്മക്കുറിപ്പുകൾ, മൂന്നാമത്തെ യാത്രാസ്മരണകൾ എന്നിവയ്ക്ക് ശേഷമുള്ള എന്റെ നാലാമത്തെ രചന- ആദ്യ ഫിക്ഷൻ - കുട്ടികൾക്കും മുതിർന്നവർക്കുമായി ഒരു നോവൽ.

എനിക്കെന്നും പ്രചോദനവും പ്രോത്സാഹനവും പ്രശംസയുമേകി വരുന്ന സമാരാധ്യരായ ഗുരുസ്ഥാനീയർക്കും പ്രിയ വായനക്കാർക്കും ബന്ധുമിത്രാദികൾക്കും സമക്ഷം സസ്നേഹം സസന്തോഷം സമർപ്പി ക്കട്ടെ !!

എന്റെ സർഗ്ഗയാത്രയിലെ സുപ്രധാനങ്ങളായ ചില സ്നേഹസാമീപ്യ ങ്ങളെ സ്നേഹപൂർവ്വം സ്മരിച്ചില്ലെങ്കിൽ ഇതപൂർണ്ണമാകും.

സ്നേഹവാത്സല്യങ്ങളോടെ അവതാരിക എഴുതി നൽകി അനുഗ്ര ഹിച്ച മികച്ച പ്രഭാഷകനും നിരൂപകനും എഴുത്തുകാരനുമായ എന്റെ

ആദരണീയനായ അദ്ധ്യാപകൻ ഡോ. യു. ശശി മേനോൻ സാറിനും ജീവിതയാത്രയിലെന്ന പോലെ അക്ഷര യാത്രയിലും എന്നെ നിഴൽ പോലെ പിന്തുടരുന്ന, അക്ഷരങ്ങൾക്ക് ഡിജിറ്റൽ രൂപമേകുന്ന സ്നേഹ സാമീപ്യമായ സഹയാത്രികയ്ക്കും, രേഖാചിത്രങ്ങൾ ഒരുക്കിത്തന്ന എന്റെ പ്രിയസുഹൃത്തും ഗ്രാഫിക് ഡിസൈനറുമായ രാഗേഷ് പലേരിക്കും രതീഷ് പലേരിക്കും, പ്രസാധകരായ ഇൻസൈറ്റ് പബ്ലിക്കയ്ക്കും എന്റെ ഹൃദയം നിറഞ്ഞ നന്ദി !!

അക്ഷരങ്ങളെ ആരാധിക്കുന്ന വായനയെ ഇഷ്ടപ്പെടുന്ന മനസ്സക ളുടെ മുന്നിലേക്ക് ഞാൻ ഈ പുസ്തകവും സമർപ്പിക്കുകയാണ്.

സസ്നേഹം

ഉണ്ണിക്കുഷ്ണൻ പിഎ

നൈമിശാരണ്യം

ഓർമ്മകളിലേക്ക്

പ്രൊഫ: യു ശശിമേനോൻ

മാഞ്ഞുപോയേക്കാവുന്ന സ്മരണകൾ അക്ഷരങ്ങളിലൂടെ വീണ്ടെടു ക്കുന്നത് കൗതുകകരമായ അനുഭവമാണ്. കുട്ടിക്കാലത്തെക്കുറിച്ചാവു മ്പോൾ അത് കുറെ കൂടി അസ്വാദ്യകരമാവും. ലോക സാഹിത്യത്തിൽ ഇതിനു ധാരാളം ഉദാഹരണങ്ങളുണ്ട്.

ശ്രീ പി എ ഉണ്ണിക്കുഷ്ണന്റെ "അന്ന് അവിടെ അങ്ങനെ" എന്ന രചനയിൽ കേരളത്തിലെ ചില കുടുംബങ്ങളുടെ ഇന്നലെകളെ അടയാ ളപ്പെടുത്തുകയാണ്. അവിടെ അനുഭവങ്ങൾ പുനർജനിക്കുന്നു. ജീവിതം എന്നത് ബന്ധങ്ങളുടെ ആകെ ത്തുകയാണെന്നും മനസ്സ് വികാരങ്ങളുടെ കലവറയാണെന്നും രാഗദ്വേഷങ്ങൾ ഏറിയും കുറഞ്ഞുമിരിക്കുമെന്നും നാം ഒരിക്കൽ കൂടി മനസ്സിലാക്കുന്നു.

മുത്തശ്ശനും മുത്തശ്ശിയും അച്ഛനും അമ്മയും സഹോദരങ്ങളും സതീർ ത്ഥ്യരും ഒക്കെ ഈ രചനാലോകത്തുണ്ട്. ഗുരുനാഥരെയും കുടുംബത്തി ലെയും മറ്റ ബന്ധുക്കളെയും സ്നേഹ ബഹുമാനങ്ങളോടെ ഓർമ്മിക്കുന്നു.

എങ്കിലും കൂടുതൽ മിഴിവോടെ നോവലിൽ ഉടനീളം നിറഞ്ഞിരിക്ക ന്നത് മുത്തശ്ശനാണ്. മുത്തശ്ശന്റെ വാത്സല്യവും കരുതലും ആണ് കുട്ടൻ എന്ന കൊച്ച മകനെ ജീവിതത്തിലെ പ്രസരിപ്പുകളിലേക്കും ഉയരങ്ങ ളിലേക്കും എത്തിക്കുന്നത്.ഏതു വേനലിലും തണലേകുന്ന മേഘമായി മുത്തശ്ശൻ കൂടെ സഞ്ചരിക്കുന്നു. മുത്തശ്ശൻ ഇടയ്ക്കിടെ ശിരസ്സിൽ തലോ ട്ടുമ്പോൾ കുട്ടൻ നിർവൃതി നുകരുന്നു.

ഏണസ്റ്റ് ഹെമിങ്വേയുടെ "കിഴവനും കടലും" എന്ന കൃതിയിലെ സാൻഡിയാഗോവിനൊപ്പം നീങ്ങുന്ന ബാലനെ പോലെയുള്ള മിടുക്ക നാണ് കുട്ടൻ.

അവനും മുത്തശ്ശനും കൂടി സൃഷ്ടിക്കുന്ന ലോകത്തിലേക്ക് വല്ല പ്പോഴുമേ മറ്റുള്ളവർക്ക് പ്രവേശനമുള്ളൂ. വല്യേച്ചിയും കുഞ്ഞേച്ചിയും

മിക്കപ്പോഴും അവരുടെ ലോകത്താണ്. ആ ലോകങ്ങളിൽ നിന്നും വഴിമാറി നടക്കാനാണ് കുട്ടനിഷ്ടം.

മുത്തശ്ശനിൽ നിന്ന് പകർന്ന കിട്ടുന്ന നിരവധി ശ്ലോകങ്ങളും വിഷ്ണു സഹസ്രനാമവും നാരായണ സൂക്തവും അവനെ തേജസ്സാർന്ന ഉയർന്ന പടവുകളിലേക്ക് എത്തിച്ചിരിക്കുന്നു. ഓർമ്മശക്തിയിലും ബുദ്ധികൂർമ്മ തയിലും അവൻ എത്രയോ മുന്നിലാണ്.

വല്ല്യേച്ചിയെ കുറിച്ചുള്ള കുട്ടന്റെ ഓർമ്മകളിൽ നർമ്മഭാവമുണ്ട്. ഉരലിന്റെ മുകളിലുള്ള ഇരിപ്പാണ് വല്ല്യേച്ചിക്ക് ഏറെ ഇഷ്ടം. അവിടെ യിരുന്ന് പാട്ടുപാടുക. ചേച്ചി പാടുന്ന ഗാനങ്ങളും കുട്ടന്റെ സ്മൃതിപഥത്തി ലുണ്ട്.

" നിദ്രതൻ നീരാഴി നീന്തിക്കടന്നപ്പോൾ

സ്വപ്നത്തിൻ കളിയോടം കിട്ടി"

കുഞ്ഞേച്ചിക്ക് വായനയിലാണ് പ്രിയം.

അച്ഛന്റെ അന്തസ്സാർന്ന ജീവിതം കുട്ടനെ പുളകം കൊള്ളിക്കുന്നു. വരുമാനത്തിനനുസരിച്ച് ജീവിതം ക്രമപ്പെടുത്തുന്ന അമ്മയെ കുറിച്ചുള്ള ബഹുമാനം അവൻ മനസ്സിൽ സൂക്ഷിക്കുന്നുണ്ട്.

ജീവിതത്തിന്റെ ഓരോ ഘട്ടങ്ങളിലും പാലിക്കേണ്ട ചിട്ടകളെ കുറിച്ചുള്ള മുത്തശ്ശന്റെ ശ്രദ്ധ കുട്ടനിൽ ഏറെ ആദരവ് സൃഷ്ടിക്കുന്നു. ഉപനയനത്തെക്കുറിച്ച് ഗൗരവത്തോടെ ചിന്തിച്ചത് മുത്തശ്ശനാണ്.

ഉപനയന നാളിൽ സദ്യയ്ക്കിടയിൽ കുട്ടന് പപ്പടം വിളമ്പേണ്ട എന്ന് പറഞ്ഞത് മുത്തശ്ശനാണ്. എന്നാൽ അതേ മുത്തശ്ശൻ കുറച്ച കഴിഞ്ഞ് രഹസ്യമായി പപ്പടവുമായി അവന്റെ അടുത്തെത്തി. പപ്പടത്തോടുള്ള കുട്ടന്റെ കൊതി മുത്തശ്ശന് അറിയാം.

രോഗബാധിതയായ കൊച്ചുമകൾക്ക് പഴങ്ങിയ നേന്ത്രപ്പഴവുമായി എത്തിയ മുത്തശ്ശിയെ കുറിച്ച് മാധവിക്കുട്ടി ഒരു കഥയിൽ പറയുന്നുണ്ട്. എല്ലാവർക്കും ആഹാരം കൊടുത്തതിനുശേഷം തനിക്കായി വെച്ച ഉരു ളക്കിഴങ്ങിന്റെ ഒരു ഭാഗം കൂടി ഏറെ വിശപ്പുള്ള ഇളയ മകന നൽകിയ അമ്മയെ കുറിച്ച് "ജീൻ ക്രിസ്റ്റഫ് " എന്ന വിഖ്യാത കൃതിയിൽ "റൊമേൻ റോളണ്ടും" എഴുതിയിരിക്കുന്നു. സ്നേഹത്തിന്റെ ഈ സ്വർഗീയ നിമിഷ ങ്ങൾ ലോക സാഹിത്യത്തിൽ എന്നും നിലാവ് പെയ്ത കൊണ്ടിരിക്കുന്നു.

മുത്തശ്ശന്റെ അവസാന നാളുകളിലെ മനസ്സിന്റെ പിടച്ചില്ലുകളെ കുറി ച്ചുള്ള ഓർമ്മകൾ വായനക്കാരെ കണ്ണീരണിയിക്കും. ശാന്തമായി വിശ്ര മിക്കാൻ ആഗ്രഹിക്കുന്ന മുത്തശ്ശൻ അടുത്തമുറിയിലെ റേഡിയോവിൽ

നിന്നും ശബ്ദകോലാഹലം ഉയരുമ്പോൾ അസ്വസ്ഥനാകുന്നതും പ്രതികരിക്കുന്നതും ഹൃദയസ്പർശിയാം വിധമാണ് ഉണ്ണിക്കുഷ്ണൻ എഴു തിയിരിക്കുന്നത്. "മുറുക്കാൻ തയ്യാറാക്കുന്ന ലോഹക്കഷണം കൊണ്ട് മുത്തശ്ശൻ കട്ടിൽ പലകമേൽ ആഞ്ഞടിക്കുന്നു." നിസ്സഹായതയുടെ ഒരു ഛായാചിത്രമായി അത് വായനക്കാരുടെ മനസ്സിൽ പതിയും.

സരളവും ശുദ്ധവുമാണ് ശ്രീ ഉണ്ണിക്കുഷ്ണന്റെ ഭാഷ. ഓർമ്മകളെ വിലമതിക്കുന്നവരുടെ ഹൃദയത്തിൽ ഈ രചന ചലനം സൃഷ്ടിക്കുക തന്നെ ചെയ്യും. കേരളത്തിന്റെ ഭൂതകാലത്തിലെ ഒരു ഗ്രാമം ഒരിക്കൽ കൂടി ഇതൾ വിടർത്തി മനസ്സിൽ തെളിയുകയാണ്.

മുതിർന്നവരുടെയും കുഞ്ഞുങ്ങളുടെയും ചിന്തകളും ചിരികളും നിർമ്മ ലമാകട്ടെ എന്ന ആശംസകൾ കൂടി നേർന്നുകൊണ്ട്

ഡോ. യു. ശശിമേനോൻ

ഉള്ളടക്കം

1
സംശയങ്ങൾ

1968 ലെ ഒരു മദ്ധ്യാഹനം

ഓന്തിന്റെ നിറം മാറിയത് പെട്ടെന്നാണ്. ഇപ്പോൾ ചോരച്ചവപ്പാ
ണതിന്.

മൊട്ട ചെമ്പരത്തിയിലെ കൂറ്റൻ ഓന്ത് അവന്റെ കണ്ണിൽ പെട്ടത്
ഉമ്മറക്കോലയയിൽ ഒറ്റക്കാലിൽ ഉണ്ണം ചാരി നിന്ന് ഓരോന്ന് ആലോ
ചിച്ചുകൊണ്ട് നിന്നപ്പോഴാണ്.

എന്തൊരു വലുപ്പമാണതിന് ! അവൻ ഇത്ര വലിയ ഓന്തിനെ
ആദ്യമായിട്ടാണ് കാണുന്നത്. ഈർച്ചവാൾ പോലുള്ള ചെതുമ്പലുകൾ
നിറഞ്ഞ മുതുക്. ഉണ്ടക്കണ്ണകൾ ഉരുണ്ടു കളിക്കുന്നു...

പതിയെ മുറ്റത്തിറങ്ങി ഒരു ചെറിയ കല്ലെടുത്ത് ഒരു ഏറ്റ
കൊടുത്താലോ എന്ന് ചിന്തിച്ച് ഒന്നനങ്ങിയപ്പോഴാണ് ഓന്തിന്റെ
നിറം മാറിയത്.

എറിയാൻ പോകുന്ന കാര്യം അതറിഞ്ഞ് കാണുമോ? ഓന്ത് മനുഷ്യ
രുടെ ചോര കുടിക്കുമെന്ന് ക്ലാസ്സിലെ ചില കുട്ടികൾ പറഞ്ഞത് അവന്
ഓർമ്മ വന്നു. ഇപ്പോൾ എന്റെ ചോര കുടിച്ചത് കൊണ്ടായിരിക്കുമോ
അതിന്റെ നിറം ചുവപ്പ് ആയത് ?

അവന് ലേശം ഭയം തോന്നി.

" എന്താ ശാപായാ സ്വസ്ഥമായിട്ടിരിക്ക് ണെ?"

കുട്ടന് മനസ്സിലായി മുത്തച്ഛന്റെ വരവാണ്. മുത്തച്ഛൻ മാത്രമേ
അവനെ അങ്ങനെ വിളിക്കാറുള്ളൂ. ശാപായൻ... ആ വിളി കേൾക്കാൻ
അവനിഷ്ടമാണ്. കുട്ടാ എന്ന വിളിയെക്കാൾ ഇഷ്ടം. കുട്ടാ എന്നുള്ള വിളി
അവനിഷ്ടമല്ല ഒട്ടും. സ്കൂളിൽ കുട്ടികൾ എപ്പോഴും കളിയാക്കും.. കുട്ടാ!

കടച്ചി! എന്നൊക്കെ വിളിച്ച്.ശരിയായ നല്ല ഒരു പേരുണ്ടല്ലോ ഉണ്ണി, ഉണ്ണിക്കണ്ണൻ എന്നത്. പക്ഷേ അത് മാറ്റി ചില വികൃതിപ്പിള്ളേര് കുട്ടൻ എന്ന് വിളിച്ചു കളിയാക്കും. അത് കേൾക്കുമ്പോൾ കലിയിളകും അവന്.

ഉച്ചയൂണ് കഴിഞ്ഞാൽ മുത്തച്ഛന് ഒരു ചെറിയ ഉറക്കമുണ്ട്. അതും കഴിഞ്ഞ് ഒന്ന മുറുക്കാനുള്ള വരവാണ്.

അപ്പോൾ ഇനി മുത്തച്ഛന്റെ അടുത്തിരിക്കാം.കുറെസമയം ഉമ്മറ ക്കോലായയിൽ ഇളും ചാരി ഒറ്റക്കാലിൽ നിൽക്കുകയായിരുന്നല്ലോ. ആ നിൽപ്പാണ് അവനിഷ്ടം. പക്ഷേ അച്ഛനും ചേച്ചിമാരും കണ്ടാൽ ചീത്ത പറയും. മുത്തച്ഛനും അമ്മയും ഒന്നും പറയില്ല. ഒറ്റക്കാലിൽ ഇളും ചാരി നിന്ന് ഓരോന്നോർത്ത് ചിരിക്കാൻ എന്ത് രസമാണ്.

മുമ്പ് പുസ്തകങ്ങളിൽ വായിച്ച തമാശകളൊക്കെ അവന് ഓരോന്നായി അപ്പോൾ ഓർമ്മ വരും. അതൊക്കെ ഓർത്തോർത്ത്

 അന്ന് അവിടെ അങ്ങിനെ

ചിരിക്കും. പിന്നെ അവൻ പരിസരമൊക്കെ മറക്കും. ചിലപ്പോൾ അച്ഛനെ കാണാൻ വരുന്നവരുടെ മുന്നിൽ ആയിരിക്കും അവനു ചിരി വരുന്നത്. അമർത്തിയ ചിരി പൊട്ടിച്ചിരിയായി മാറും ചിലപ്പോൾ. സന്ദർശകർ അവരെ കളിയാക്കിയാണ് ചിരിക്കുന്നത് എന്ന് തീർച്ച യായും തെറ്റിദ്ധരിക്കും. അച്ഛനും ചേച്ചിമാരും അവനെ ശകാരിക്കും. എന്നാലും ചിരിക്ക് ഒരു കുറവുമില്ല.

ചില നേരങ്ങളിൽ കുഞ്ഞേച്ചി കർട്ടന്റെ പിറകിൽ നിന്ന് ചിരി തടയാനായി ചില ആംഗ്യങ്ങളും ഗോഷ്ടികളും ഒക്കെ കാണിക്കും. അപ്പോൾ അവന്റെ ചിരി കൂടുതൽ ഉച്ചത്തിലാകും.

ഓരോന്നാലോചിച്ച് നിന്ന് മടുത്തപ്പോഴാണ് ഓന്തിനെ കണ്ടത്. എന്നാൽ വിസ്തരിച്ചിരുന്നു നോക്കാമെന്നു കരുതി. അപ്പോഴാണ് മുത്ത ച്ഛൻ വന്നത്.

ഇനി ഓന്തിനെക്കുറിച്ച് മുത്തച്ഛനോട് ചോദിക്കാം. മറ്റ ചില സംശയ ങ്ങളുമുണ്ട് മുത്തച്ഛനോട് ചോദിക്കാൻ. മുത്തച്ഛനോട് എന്ത് സംശയവും ചോദിക്കാം. ഒരിക്കലും ദേഷ്യപ്പെടില്ല. എല്ലാറ്റിനും മുത്തച്ഛന്റെ പക്കൽ ഉത്തരമുണ്ട്.

ഇന്ന് ഞായറാഴ്ചയാണ് എല്ലാറ്റിനും ഇഷ്ടം പോലെ സമയം. അവൻ നാലാം ക്ലാസിലാണ്. നാളത്തേക്ക് പഠിക്കേണ്ടതെല്ലാം പഠിച്ചു, ഉച്ച യ്ക്കൂണിന് മുമ്പ് തന്നെ പാഠങ്ങൾ വായിക്കലും കണക്കുകൾ ചെയ്യലും കോപ്പി എഴുതലും എല്ലാം തീർത്തതാണ്. പക്ഷേ അച്ഛന്റെ മുന്നിൽ പെട്ടാൽ രക്ഷയില്ല. "വല്ലതും എടുത്തു പഠിക്കെടാ! വെറുതെ സമയം കളയാതെ എന്നു പറയും. എല്ലാം പഠിച്ചു എന്ന് പറഞ്ഞാൽ പറയും "ഓഹോ ഇനി ഒന്നും ബാക്കി ഇല്ലായിരിക്കും. ഗുണ കോഷ്ടകവും സിദ്ധ രൂപവുമൊക്കെ ഇടയ്ക്കിടയ്ക്ക് ചൊല്ലിക്കൂടെ?"

അച്ഛൻ വലിയ സ്കൂളിലെ മാഷാണ്. അതുകൊണ്ടായിരിക്കും ഇങ്ങ നെയൊക്കെ പറയുന്നത്. കൂടെ പഠിക്കുന്ന കുട്ടികളുടെ അച്ഛനമ്മമാ രൊക്കെ കൂലിപ്പണിക്കും മറ്റും പോകുന്നവരാണ്. അവർക്കൊന്നും ഈ ഒരു പ്രശ്നമില്ല.

അടുത്തവർഷം അഞ്ചാം ക്ലാസിലായാൽ അവനും പോകേണ്ടത് അച്ഛൻ പഠിപ്പിക്കുന്ന വലിയ സ്കൂളിലേക്കാണ്. അതോർത്തപ്പോൾ തന്നെ അവന് പേടി തോന്നി. പരിചയമില്ലാത്ത കൂട്ടുകാർ. അവിടത്തെ മാഷന്മാരെ ചിലരെയൊക്കെ അവന് അറിയാം. ചിലപ്പോഴൊക്കെ അച്ഛനെ കാണാൻ വരാറുണ്ട്.

അതിൽ അച്ഛൻ പഠിപ്പിച്ചവരുമുണ്ട്. എല്ലാവരുടെയും ഒരു കണ്ണ്

അവനില്ല്യുണ്ടാകും. അനങ്ങാൻ പറ്റില്ല. അനങ്ങിയാൽ അച്ഛന്റെ ചെവിയിൽ വിവരം എത്തും. നല്ല ശകാരം കിട്ടും. ഓ...വരുന്നത് വരട്ടെ അപ്പോൾ നോക്കാം.

അമ്മ അടുക്കളയിൽ എന്തോ ചെയ്യുകയാണ്. നാലുമണി ചായക്ക ള്ള ജോലിയിലായിരിക്കും. അമ്മയ്ക്ക് അടുക്കളപ്പണി ഒഴിഞ്ഞ നേരമില്ല.

കുഞ്ഞേച്ചി മേശക്കരികെ ഒരു പുസ്തകവുമായി ഇരിപ്പുണ്ട്. എന്താണാവോ ഇത്ര വലിയ വായന ? പരീക്ഷ വരുന്നുണ്ട്...കുറെ പഠി ക്കാനുണ്ട് എന്ന് ഇടക്കിടയ്ക്ക് പറയും. പത്താം ക്ലാസിലാണ് കുഞ്ഞേച്ചി. വല്യേച്ചി വലിയ മടിച്ചി വിസ്തരിച്ച ഉച്ചയുറക്കത്തിലായിരിക്കും. ഉറക്കവും സൗന്ദര്യ സംരക്ഷണവും ഭക്ഷണവും ആണ് കാര്യമായ പരിപാടികൾ ഇപ്പോൾ പഠിക്കാനൊന്നുമില്ല എന്ന് തോന്നുന്നു. അച്ഛമ്മ ഇടനാ ഴിയിലെ കട്ടിലിൽ ഇരുന്ന് നാമം ജപിക്കുന്നത് പോലെ ചുണ്ടുകൾ അനക്കുന്നുണ്ട്. അച്ഛമ്മ അധികസമയവും അങ്ങനെയാണ്.

അച്ഛൻ ഉച്ചയുറക്കം കഴിഞ്ഞ് എഴുന്നേറ്റെന്ന് തോന്നുന്നു. ഇനി ചായകുടിച്ച് പുറത്തേക്ക് ഒന്ന് നടക്കാൻ ഇറങ്ങും. തിരിച്ചവന്നു കുളിയും ധ്യാനവും ഒക്കെ കഴിഞ്ഞാൽ രാത്രി കിടക്കും വരെ വായനയിൽ മുഴ കിയിരിക്കും. ഭക്ഷണം കഴിക്കാൻ വിളിച്ചാൽ എല്ലാവർക്ക മൊപ്പം വന്നിരുന്നു കഴിച്ചിട്ട് മുറ്റത്ത് കുറെ സമയം മെല്ലെ മെല്ലെ നടക്കും. വീണ്ടും വായന. അതിനുശേഷം ആണ് ഉറക്കം.

ഭക്ഷണത്തിന്റെ സമയമായാൽ എല്ലാവരെയും വിളിച്ചുകൊണ്ടുവ രുന്നത് അവന്റെ ജോലിയാണ്.

അടുക്കളയിൽ നിലത്തിരുന്നാണ് എല്ലാവരും ആഹാരം കഴിക്ക ന്നത്. അച്ഛന് ഇരിക്കാൻ വലിയൊരു മരപ്പലകയുണ്ട്. അവന് ഒരു ചെറിയ മരപ്പലക. മുത്തച്ഛന് ഉയരമുള്ള ഒരു പ്രത്യേകം പലകയാണ്. മുത്തച്ഛൻ ആദ്യം തന്നെ ഭക്ഷണം കഴിച്ച് ഉറങ്ങാൻ പോകാറാണ് പതിവ്.

മുത്തച്ഛൻ മുറുക്കിനുള്ള വട്ടം കൂട്ടുകയാണ്. ഉമ്മാൻ ചെറിയ ഉരലിൽ ഇടിക്കുകയാണ്. ചെറിയ കുഴിയുള്ള ഒരു മരക്കട്ടയാണത്. ഇടിക്കാൻ ചെറിയ ഒരു ഇരുമ്പു കോലും.

മുത്തച്ഛന് പല്ലില്ല. അടക്ക ഉരച്ച് പൊടിയാക്കിയെടുക്കാൻ ആണി അടിച്ച് ദ്വാരമുണ്ടാക്കി പരുക്കനാക്കിയ ഒരു ചെറിയ തകരപ്പെട്ടിയുടെ അടപ്പുണ്ട്. ഇതിൽ തന്നെയാണ് ചുണ്ണാമ്പും വെറ്റിലയും അടക്കയും പുകയിലയും ഒക്കെ അടുക്കി വെക്കുന്നത്. കൂടെ ഒരു ചെറിയ പേനാ ക്കത്തിയുമുണ്ട്. ഇതെല്ലാം ഉമ്മറക്കോലായുടെ ഒരു മൂലയ്ക്ക് ഒതുക്കി

അന്ന് അവിടെ അങ്ങിനെ

വെച്ചിരിക്കും.

ഇനി മുത്തച്ഛന്റെ അടുത്തേക്ക് പോകാം. പേനാക്കത്തിയെടുത്ത് ഇടിച്ച മുറുക്കാൻ ചുരണ്ടിയെടുത്ത് ചെറിയ ഒരു ഉരുളയാക്കി അവൻ മുത്തച്ഛന്റെ നീട്ടിയ കയ്യിൽ വെച്ച് കൊടുക്കും. അത് വായിലിട്ട് ഒരു പ്രത്യേക ചിരിയുണ്ട് മുത്തച്ഛന്. അത് കാണാൻ നല്ല രസമാണ്.

പക്ഷേ ചിലപ്പോഴൊക്കെ മാത്രമേ അവന് ഇതിനൊക്കെ സമയം കിട്ടാറുള്ളൂ.

മൊട്ട ചെമ്പരത്തിലുണ്ടായിരുന്ന ഓന്ത് ഇപ്പോൾ അവിടെയില്ല. എങ്ങോട്ട് പോയി എന്തോ ?

" മുത്തശ്ശാ ! ഓന്ത് നമ്മളെ ചോര കുടിക്ക്വോ?"

തുമ്മാൻ വായിൽ ഉള്ളതിനാൽ മുഖം മുകളിലേക്ക് ഉയർത്തി ഒരു പ്രത്യേക ശബ്ദം ഉണ്ടാക്കി മുത്തച്ഛൻ പറഞ്ഞു.

"ഏയ് !, അതൊക്കെ വെറുതെ പറയുന്നതാ. ശത്രുക്കളിൽ നിന്ന് രക്ഷപ്പെടാനുള്ള അതിന്റെ ഓരോ സൂത്രപ്പണികളുണ്ട്. ഗൗളി രക്ഷപ്പെ ടാനായി ചിലപ്പോൾ അതിന്റെ വാലും മുറിച്ചിട്ട് ഓടാറില്ലേ. കുറെനേരം വാല് കിടന്നുപിടയ്ക്കും. ശത്രുവിന്റെ ശ്രദ്ധ അതിലേക്ക് തിരിയും. അത്രന്നെ."

"ആ മൊട്ട ചെമ്പരത്തിയിൽ നേരത്തെ ഒരു ഓന്ത് ഉണ്ടായിരുന്നു. എന്നെ കണ്ടയും അത് ചുവപ്പായി. എനിക്ക് പേടിയായി."

" അതൊന്നും ആരെയും വെറുതെ ഒന്നും ചെയ്യില്ല. നമ്മൾ അതിനെ ഉപദ്രവിക്കാതിരുന്നാൽ മതി."

മുത്തച്ഛൻ എപ്പോഴും അങ്ങനെയാണ്. ആശ്വാസവും ആഹ്ലാദവും പകരുന്ന വാക്കുകളുണ്ടാവും മുത്തച്ഛന്റെ കയ്യിൽ.

അടുക്കളയിൽ നിന്ന് അമ്മ വിളിക്കുന്നുണ്ട്. ചായ റെഡിയായി കാണും.

അമ്മ ചൂടുള്ള ചായ ഗ്ലാസ്സുകളിലേക്ക് ഒഴിക്കുകയാണ്. ഒപ്പം കുഞ്ഞു പ്ലേറ്റുകളിൽ അവൾ പാവ് കാച്ചിയതുമുണ്ട്.

" മുത്തശ്ശൻ മുറുക്കിയിരിക്ക്വാ " കുട്ടൻ പറഞ്ഞു. അമ്മയ്ക്കതറിയാം. മുത്തച്ഛനുള്ള ചായ അമ്മ അടുപ്പിന്റെ തിണ്ണയിൽ ചുടാറാകാതെ അടച്ച വെച്ചിട്ടുണ്ട്. മുത്തശ്ശൻ കുറച്ച കഴിഞ്ഞേ ചായ കുടിക്കൂ. അച്ഛമ്മ കട്ടിലിൽ ഇരുന്ന് ചായ കുടിക്കുന്നുണ്ട്.

അച്ഛൻചായകുടിച്ച്നടക്കാൻ പോയി എന്ന്തോന്നുന്നു. വല്ല്യേച്ചിയും

കുഞ്ഞേച്ചിയും ചായയും അവളും കഴിക്കുന്നുണ്ട്.

അവൻ അരിപ്പെട്ടിക്ക് മുകളിൽ കയറിയിരുന്ന് അവൽ തിന്നു. പിന്നെ ചായ കുടിച്ചു.

അമ്മ ചിലപ്പോൾ ഉച്ചയ്ക്ക് ഒന്ന് മയങ്ങുന്നത് ഈ മരപ്പെട്ടിക്ക് മുകളിൽ കിടന്നാണ്. മരത്തിന്റെ വലിയ പത്തായം. തമ്പുരാൻ കോവിലകത്ത് നിന്ന് അച്ഛന് സമ്മാനമായി കൊടുത്തതാണ്. ആശാരി അതിന്റെ കാല്യകൾ മുറിച്ചു ഉയരം കുറച്ച് തന്നു. അത് വലിയ സൗകര്യമായി.

 അന്ന് അവിടെ അങ്ങിനെ

2
മാവിന്റെ മടിയിൽ

വെയിൽ മങ്ങി തുടങ്ങിയിട്ടുണ്ട്. അവൻ മാവിൻ ചുവട്ടിലേക്കോടി. കോണിക്കാലിലെ ആ മാവ് അവന് ഏറെ പ്രിയപ്പെട്ടതാണ്. അത് അവന്റെ അഭയം ആണ്.. ആശ്വാസമാണ്.

നല്ല ഭംഗിയുള്ള, ആകൃതിയുള്ള വലിയ ഉയരമൊന്നുമില്ലാത്ത ചെറിയ മാവ്. മുമ്പ് അതിന് മാങ്ങയൊന്നും ഉണ്ടാകാറില്ല. പക്ഷേ ഇപ്പോൾ രണ്ട്'മൂന്ന വർഷങ്ങളായി നിറയെ മാങ്ങകൾ പിടിക്കാറുണ്ട്. പഴുത്താൽ നല്ല സ്വാദാണ്. വലിയ, ഇളംചുവപ്പ കലർന്ന മാങ്ങകൾ നിറയെ ഉണ്ടാകും.

ഒരു തെങ്ങോലയുടെ മട്ടൽ പ്ലാവിൽ ചാരി വച്ചിട്ടുണ്ട്. അതിൽ ചവിട്ടി മാവിൽ എളുപ്പം കയറിപ്പറ്റാം. മാവിൽ കയറിയാൽ ഇരിക്കാൻ കസേര മാതിരിയുള്ള കൊമ്പുകൾ ഉള്ള രണ്ടു മൂന്ന് ഇടങ്ങളവൻ കണ്ടു വച്ചിട്ടുണ്ട്.

അതിൽ ചാരിയിരുന്ന വല്ലതുമൊക്കെ ആലോചിച്ചിരിക്കാം. പുസ്തകങ്ങൾ കരുതിയിട്ടുണ്ടെങ്കിൽ അതും വായിച്ച കൊണ്ടിരിക്കാം. പകൽസമയത്തെ വായന മിക്കവാറും മാവിൻ കൊമ്പത്താണ്. അച്ഛൻ സ്കൂളിൽ നിന്നും കൊണ്ടുവന്ന തരുന്ന ബാലൻ പ്രസിദ്ധീകരണങ്ങൾ, തളിര്, അമ്പിളി അമ്മാവൻ എന്തെങ്കിലുമൊക്കെ കാണും വായിക്കാൻ.

ബാലരമ മാസത്തിൽ ഒന്നാണ്. അത് വാങ്ങും. രണ്ട് രൂപയാണ്. വേഗം വായിച്ച് തീരും. പിന്നെ അടുത്ത മാസം വരെ കാത്തിരിക്കണം. ബാലൻപ്രസിദ്ധീകരണങ്ങളിൽ പലതരത്തിലുള്ള പുസ്തകങ്ങൾ ഉണ്ടാകും. ഓരോ രാജ്യങ്ങളെ പറ്റിയുള്ള വിവരങ്ങൾ, മഹാഭാരതം, രാമായണം, പഞ്ചതന്ത്രം തുടങ്ങിയവയിലെ കഥകൾ.

വായിച്ച പുസ്തകങ്ങളുടെ പേരുകൾ എഴുതിവെക്കാൻ നീലച്ചട്ടയു
ള്ള ഒരു നോട്ട്ബുക്ക് ഉണ്ട്. 200 പേജിന്റെ. അതിൽ അക്കമിട്ട് എഴുതി
വെക്കും.

പുസ്തകങ്ങളെ കുറിച്ചുള്ള ചെറിയ കുറിപ്പുകളും എഴുതി വെക്കണമെ
ന്നാണ് അച്ഛന്റെ നിർദ്ദേശം. പക്ഷേ എല്ലാറ്റിനും ഒന്നും കുറിപ്പുകൾ എഴ
താറില്ല. വായിക്കാൻ നല്ല രസമാണ്. സമയം പോകുന്നത് അറിയില്ല.
ചില പുസ്തകങ്ങൾ വായിച്ച തീരുമ്പോൾ സങ്കടം തോന്നും. തീർന്നു
പോയല്ലോ എന്ന സങ്കടം.

അവൻ മാവിൽ ചാടിക്കയറി കൊമ്പുകൾ കസേര പോലെ ഉള്ളി
ടത്ത് ഇരിപ്പുറപ്പിച്ചു.

മുറ്റത്തെ ചെടികൾക്കിടയില്ലൂടെ ഏന്തി നോക്കുന്ന കുഞ്ഞേച്ചിയു
ടെതല മാത്രം കണ്ടു. എവിടെ പോയി എന്ന് നോക്കുകയാണ്.

മുറ്റം നിറയെ ചെടികളാണ്. പലതരത്തിലും നിറത്തില്യുമുള്ള പൂക്കൾ
വിടർന്നു നിൽക്കുന്നുണ്ടാവും. അച്ഛന് പൂന്തോട്ടം ഒരുക്കാൻ വലിയ താല്പ
ര്യമാണ്. ഞങ്ങളും സഹായിക്കും. ചില ശനി ഞായർ ദിവസങ്ങളിൽ
അതിന്റെ തിരക്കിലായിരിക്കും.

മാവിന്റെ കൊമ്പത്തെ ഈ ഇരിപ്പിന് നല്ല സുഖമുണ്ട്. നല്ല കാറ്റ്.
കാറ്റിൽ തളിരിലകൾ ഇളകിയാടി അവനെ വന്ന് തഴുകുന്നത് പോലെ
അവന് തോന്നി.

അവിടെ ഇരുന്നാൽ തന്നെ അതിവിശാലമായി പരന്നു കിടക്കുന്ന
വയല്യകളുടെ ദൃശ്യമാണ്. വയല്യകൾക്കിടയിൽ കഷ്ടിച്ച് നടന്നു പോകാൻ
മാത്രം വീതിയിൽ വരമ്പുകൾ.

ഇപ്പോൾ കൊയ്ത്ത് കഴിഞ്ഞ വയല്യകളിൽ വെള്ളരി, മത്തൻ, ചീര,
കക്കിരിക്കാ തുടങ്ങിയ പച്ചക്കറി കൃഷിയാണ്. വയലുകളിൽ പച്ചക്കറി
തൈകൾക്ക് വെള്ളം നനക്കുന്നവരുടെ ബഹളമാണ്. ചുറ്റപാട്ടമുള്ള
വീട്ടുകളിലെ മുതിർന്നവരും കുട്ടികളും എല്ലാം വയലില്യുണ്ട്. ഉറക്കെയുള്ള
സംസാരവും ചിരിയും. പിള്ളേരൊക്കെ ഓടിക്കളിച്ച തിമിർക്കുന്നുണ്ട്.

വലിയ മൺപാനികളിൽ അട്ടത്തുള്ള അമ്പലത്തിലെ ചിറയിൽ
നിന്നും വെള്ളം കൊണ്ടുവന്ന് നനക്കുന്ന തിരക്കിലാണ് മുതിർന്നവർ.

വെള്ളരി പാകമായി പറിച്ചെടുത്താൽ ഓരോ വീട്ടുകാരും ഞങ്ങൾ
ക്ക് ഒരു ഓഹരി തരും. ഒരു സഞ്ചി നിറയെ വെള്ളരിയും മത്തനും
കക്കിരിയും ഒക്കെ ഉണ്ടാകും. വിഷുവിന്യുള്ള കണിവെള്ളരിക്കകൾ.

വിഷുദിനത്തിൽ രാവിലെ അയൽ വീട്ടുകാരും കുട്ടികളുമൊക്കെ

 അന്ന് അവിടെ അങ്ങിനെ

കുളിച്ച് കുറി തൊട്ട് കണികാണാൻ വരും. അച്ഛനും അമ്മയും അവർക്ക് കൈനീട്ടവും പലഹാരങ്ങളും കൊടുക്കും.

അമ്മ വെള്ളരിയൊക്കെ ഓലകൊണ്ട് അല്ലെങ്കിൽ വാഴനാര കൊണ്ട് കെട്ടി മുറികളിൽ തൂക്കിയിടും.

കുറെ നാളത്തേക്ക് കൂട്ടാൻ വെക്കാനുള്ള വകയാണത്. വെള്ളരിക്ക് വെള്ളമൊഴിച്ചു കഴിഞ്ഞു എല്ലാവരും വീടുകളിലേക്ക് മടങ്ങിയിരിക്കുന്നു.

വയൽ ഇപ്പോൾ നിശ്ശബ്ദമാണ്.

3
സന്ധ്യ

കുഞ്ഞേച്ചി മുറ്റത്ത് ഇറങ്ങിവന്നു കൈകൊട്ടി വിളിക്കുന്നുണ്ട്. ഇനി കുളിക്കണം. സന്ധ്യാനാമം ചൊല്ലണം. അച്ഛമ്മ പറയുകയാണെ ങ്കിൽ വിഷ്ണു സഹസ്രനാമവും ചൊല്ലി കേൾപ്പിക്കണം.

അവൻ ഓടിച്ചെന്ന് മേൽ കഴുകി. മുത്തച്ഛൻ ഭസ്മ കൊട്ടയിൽ നിന്ന് ഭസ്മം എടുത്ത് തൊടുന്നുണ്ട്. ഭസ്മക്കൊട്ട കുറച്ച ഉയരത്തിലാണ്. അവന് എത്തില്ല.

മുത്തച്ഛൻ ചിലപ്പോൾ ഉത്സാഹം ഉണ്ടെങ്കിൽ അടുത്തുള്ള കോവി ലകത്തെ കുളത്തിൽ കുളിക്കാൻ പോകും. അപ്പോൾ അവനെയും വിളിക്കും. ഇന്ന് പോയിട്ടില്ല. ഇവിടെ വച്ച് മേൽ കഴുകിയതേ ഉള്ളൂ.

മുത്തച്ഛൻ രാവിലെ കുളിച്ചാൽ ഭസ്മം പട്ട പട്ടയായി നെറ്റിയില്ലും നെഞ്ചില്ലും കൈകളില്ലുമൊക്കെ തൊടും.

ഇപ്പോൾ നെറ്റിയിൽ മാത്രം തൊട്ടതേയുള്ളൂ. ഇനി വിസ്തരിച്ച മുത്ത ച്ഛന്റെ സന്ധ്യാവന്ദനം ഒക്കെയുണ്ട്.

അച്ഛമ്മ ഉമ്മറത്ത് കസേരയിൽ ഇരിപ്പുണ്ട്. അച്ഛമ്മ അവനെ വിളിച്ചു
- " കുട്ടാ സഹസ്രനാമം ചെല്ലണ്ടേ? ഞാൻ നിന്നെ കാത്തിരിക്കാ".

അവൻ വിഷ്ണുസഹസ്രനാമത്തിന്റെ കൊച്ചപ്പുസ്തകവുമായി അച്ഛമ്മയ്ക്ക് അരികിൽ പടിഞ്ഞിരുന്നു. വിഷ്ണുസഹസ്രനാമം ഒട്ടാക്കെ മനപ്പാഠ മാണ്. എങ്കിലും ഒരു ധൈര്യത്തിന് വേണ്ടി പുസ്തകം കരുതും.

സഹസ്രനാമം ചൊല്ലി കഴിഞ്ഞപ്പോഴേക്കും കുഞ്ഞേച്ചി വിളക്കുകൊ ളുത്തി ഭജനക്കായി ഇരിപ്പുറപ്പിച്ച കഴിഞ്ഞു. ഇനി കുറേസമയം അഗ്രേ പശ്യാമി ,അഥ വാരിണി ഘോരതരം ഫണിനം, എത്രയോ ജന്മങ്ങൾ, കേശാദിപാദവർണ്ണനം, എന്നിവയെല്ലാം ചൊല്ലി, രഘുപതി രാഘവ

     അന്ന് അവിടെ അങ്ങിനെ

രാജാറാം പാടി അവസാനിപ്പിക്കണം.

രഘുപതി രാഘവ രാജാറാം

പതീത പാവന സീതാറാം

ഈശ്വർ അള്ളാ തേരേ നാം

സബ്കോ സന്മതി ദേ ഭഗവൻ !!

സന്ധ്യ നാമം ചൊല്ലി കഴിഞ്ഞു എഴുന്നേറ്റപ്പോൾ അതിലെ പോയ മുത്തച്ഛൻ ചോദിച്ചു "അള്ളാ എന്നുള്ളത് ഒരു മുസ്ലിം വാക്കല്ലേ? നമ്മൾ അത് ചൊല്ലുന്നോ ?"

കുഞ്ഞേച്ചിക്ക് മറുപടിയുണ്ട്. "അത് മുത്തശ്ശാ! ഈശ്വരൻ എന്നതും അള്ളാ എന്നതും ഒന്നുതന്നെയാണെന്നും നമ്മൾ ഒരുപോലെ കാണണ മെന്നുമാണ് ഗാന്ധിജി പറഞ്ഞിട്ടുള്ളത്. അതാണ് ഇങ്ങനെ. ഭഗവാൻ എല്ലാവർക്കും സദ്ബുദ്ധി നൽകണമേ എന്ന്"

മുത്തച്ഛൻ ചിരിച്ചു തലകുലുക്കി.

"ഓ ! അങ്ങനെയാണല്ലേ ?എന്നാലങ്ങനെയാവട്ടെ".

കുട്ടനും മുത്തച്ഛനും ചിരിച്ചു. ഇനി മുത്തച്ഛൻ കുറച്ച് സമയം ഉമ്മറ ക്കോലായിലിരിക്കും. ആഹാരം കുറച്ച കഴിഞ്ഞേ കഴിക്കൂ. പിന്നീട് ഒന്നു മുറുക്കിയ ശേഷം ഉറങ്ങാൻപോകും.

അച്ഛൻ അടുത്ത മുറിയിൽ ലൈറ്റൊക്കെ കെടുത്തി ധ്യാനത്തിലാണ്. ലൈറ്റിട്ടാൽ ധ്യാനം കഴിഞ്ഞു എന്നാണ് അർത്ഥം. അതിനിടയിൽ വിളിക്കാനോ ശബ്ദം ഉണ്ടാക്കാനോ പാടില്ല. അമ്മ അടുക്കളയിൽ ജോലിയിലാണ്.

വല്യേച്ചി വടക്ക പുറത്തെ കോലായിൽ ഉരലിൽ കയറി ഇരിക്ക ന്നുണ്ട്. പഞ്ചായത്ത് ഓഫീസ് റേഡിയോയിൽ നിന്നും ഒഴുകിവരുന്ന 'നിങ്ങളാവശ്യപ്പെട്ട ചലച്ചിത്ര ഗാനങ്ങൾ' കേൾക്കാൻ.

ചുണ്ടത്ത് വിരൽ വെച്ച് ശബ്ദമുണ്ടാക്കരുതെന്ന് ദൂരെ വെച്ച് തന്നെ താക്കീത് കിട്ടി.

ഓ! അല്ലെങ്കിൽ ആരാണ് അങ്ങോട്ട പോകുന്നത്. ഇനി കുറച്ച് സമയം പഠിക്കണം... അത് കഴിഞ്ഞ് കഥാപുസ്തകങ്ങൾ വായിക്കാം. അവൻ ചെറിയ സ്റ്റൂളിൽ മേശക്കരികിൽ ഇരുന്നു.

കുഞ്ഞേച്ചി പഠിത്തത്തിലാണ്. എന്തെങ്കിലും ആവശ്യമുണ്ടെങ്കിൽ മാത്രം "കുട്ടാ കുട്ടാ" എന്ന് വിളിച്ച പുറകെ വരും.

കുറച്ച് സമയം കഴിഞ്ഞപ്പോഴേക്കും അമ്മ കഴിക്കാൻ വിളിച്ചു. അച്ഛന്റെ മുറിയിൽ ലൈറ്റ് ഉണ്ട്. ധ്യാനം കഴിഞ്ഞിരിക്കുന്നു. മുത്തച്ഛൻ നേരത്തെ കഴിച്ച് കിടക്കാൻ പോകുന്നത് കണ്ടിരുന്നു. "അച്ഛാ! ആയി!" അവൻ ഉറക്കെ അച്ഛനെ വിളിച്ചു. അത് അവന്റെ ജോലിയാണ്.

ഇന്ന് കഞ്ഞിയാണ്. ആവി പറക്കുന്ന കഞ്ഞിയും ചെറിയ മറ്റൊരു പ്ലേറ്റിൽ ചെറുപയർ കറിയും ചുട്ട പപ്പടവും മാങ്ങാക്കറിയും. ചിലപ്പോൾ രാത്രിയിൽ ഗോതമ്പ് ദോശയും ചപ്പാത്തിയും ഒക്കെ മാറി മാറി വരും. ആരും രാത്രി ചോറ് കഴിക്കാറില്ല. പക്ഷേ വല്ല്യേച്ചിക്ക് രാത്രിയിലും ചോറ് നിർബന്ധമാണ്. അത് നേരത്തെ വന്നിരുന്ന് കഴച്ചുരുട്ടി തട്ടി വിടുന്നുണ്ട്. ആരെയും ഒരു നോട്ടവും ഇല്ല. പുള്ളിക്കാരത്തി എപ്പോഴും അങ്ങനെയാണ്.

എല്ലാവരും കഞ്ഞി കോരി കുടിക്കാൻ തുടങ്ങി. ഇന്ന് സ്പൂൺ തന്നെയാണ്. ചിലപ്പോൾ പ്ലാവില കോട്ടി ഈർക്കിൽ കൊണ്ട് കുത്തി യതായിരിക്കും. ഇന്ന് അമ്മയ്ക്ക് അതിനൊന്നും സമയം കിട്ടിക്കാണില്ല. അമ്മയ്ക്ക് പ്ലാവില പെറുക്കി കൊണ്ട് കൊടുത്തില്ലല്ലോ എന്നും അവൻ ഓർത്തു.

അച്ഛൻ പെട്ടെന്ന് തന്നെ കഴിച്ച എഴുന്നേറ്റു. ഇനി കുറച്ച സമയം മുറ്റത്ത് മെല്ലെ നടക്കും. പിന്നെ വായനയാണ് രാത്രി 10മണിയൊക്കെ കഴിയുന്നതേവരെ വായനയും എഴുത്തുമാണ്. ചില ദിവസം അച്ഛന് നല്ല

    അന്ന് അവിടെ അങ്ങിനെ

മൂഡ് ആണെങ്കിൽ ഉറങ്ങുന്നതിനു മുമ്പ് അവന് ഒന്ന് രണ്ട് കഥകളൊ
ക്കെ പറഞ്ഞുകൊട്ടുക്കും. മിക്കവാറും മഹാഭാരതത്തിലെ കഥകൾ
ആയിരിക്കും.

എഴുന്നേറ്റ് കൈ കഴുകി. ഉറക്കം വരുന്നത് വരെ കഥാപുസ്തകങ്ങൾ
വല്ലതും വായിച്ചിരിക്കാം.

നാളെ സ്ക്കൂൾ ഉള്ള ദിവസമാണ് രാവിലെ തന്നെ എഴുന്നേറ്റ് സ്ക്കൂളിൽ
പോകാൻ ഒരുങ്ങണം. അവൻ ഒരു കഥാപുസ്തകം എടുത്ത് അതിലേക്ക്
മുഖം താഴ്ത്തി.

പിന്നെ അവൻ എല്ലാം മറന്നു... അവനെ പോലും.

പിന്നെ എപ്പോഴോ അമ്മ വന്നു വിളിച്ചു. "നേരം കുറെയായി
കിടക്കാൻ പോകാം."

അപ്പോൾ ഉറക്കം തഴുകുന്ന അവന്റെ കണ്ണുകൾ ജാലകവിരിയുടെ
വിടവില്ലൂടെ തന്നെ നോക്കി ചിരിക്കുന്ന അമ്പിളിക്കലയെ കണ്ടു.

4
ഒരുക്കം

എ ന്തൊക്കെയോ ശബ്ദങ്ങൾ കേട്ടാണ് അവൻ ഉണർന്നത്. നേരം നന്നേ പുലർന്നിരിക്കുന്നു.

ഇന്ന് സ്കൂളിൽ പോകേണ്ട ദിവസമാണല്ലോ എന്ന ഓർമ്മ കിടക്ക യിൽ നിന്നും അവനെ പിടിച്ച് എഴുന്നേൽപ്പിച്ചു.

വേഗം ചെറിയ ഒരു കടലാസിൽ ഉമിക്കരി എടുത്ത് അവൻ കിണറ്റിന് അരികിലുള്ള ചെറിയ കോലായയിലേക്ക് ഓടി .അവിടെ ബക്കറ്റിൽ വെള്ളവും മറ്റും ഉണ്ടാകും. അവിടെ വച്ചാണ് പല്ലുതേപ്പം മറ്റം.

ഉമിക്കരി കൊണ്ടാണ് പല്ലുതേപ്പ്. ഉമിക്കരി അല്പം ഉപ്പും കുരുമുളകും ഒക്കെ ചേർത്ത് പൊടിച്ച വച്ചിട്ടുണ്ടാകും. അതിൽ നിന്നാണ് ഒരു ചെറിയ കടലാസ് കഷണത്തിൽ എല്ലാവരും എടുത്തു കൊണ്ടു പോകുന്നത്.

അച്ഛൻ മാത്രം പല്ല് തേക്കുന്നത് ബ്രഷും പേസ്റ്റും ഉപയോഗിച്ചാണ്.

അല്ലെങ്കിലും അച്ഛന് എല്ലാറ്റിനും ഭയങ്കര ചിട്ടയും വൃത്തിയുമാണ്. കുറേ ജോഡി ചെരുപ്പുകൾ ഉണ്ട്. വീട്ടിനുള്ളിലും ചെരിപ്പിട്ടാണ് നടക്കുക. സ്കൂളിലേക്ക് പോകുമ്പോൾ ഒരു ചെരുപ്പ്.അവിടെ എത്തിയാൽ ക്ലാസുകളിലേക്ക് പോകുമ്പോൾ ഇടാൻ മറ്റൊന്ന്.

ഓരോ ആഴ്ചയിലും ചെരിപ്പ് പോളിഷ് ചെയ്യ് മിനുക്കം. ടൗണിൽ നിന്നാണ് പോളിഷും ബ്രഷും ഒക്കെ വാങ്ങുന്നത്. ഇവിടെയുള്ള കടകളിൽ അതൊന്നും കിട്ടില്ല.

അവനും ഒരു ദിവസം അച്ഛന്റെ കൂടെ ടൗണിൽ പോയിരുന്നു. ടൗണിലേക്ക് കുറച്ച് സമയം ബസ്സിൽ പോകണം.ചില സാധനങ്ങളൊ ക്കെ വാങ്ങി ചെരുപ്പ് കടയിൽ കയറി .അച്ഛൻ അവനും ചെരുപ്പ് വാങ്ങി കൊടുത്തിരുന്നു. പക്ഷേ അവൻ ഇടാറില്ല. അവന് ചെരുപ്പിടാനൊക്കെ

 അന്ന് അവിടെ അങ്ങിനെ

ഇഷ്ടമാണ്.

പക്ഷേ ,ചെറുപ്പിട്ട് സ്കൂളിൽ ചെന്നാൽ ചില പിള്ളേർ പിറകെ കൂടി കളിയാക്കും. അവർക്ക് ആർക്കും തന്നെ ചെറുപ്പില്ല. സ്കൂളിലെ മാഷ ന്മാർക്കും ടീച്ചർമാർക്കും ഒന്നും ചെറുപ്പകളില്ല.

ചെറുപ്പ് ഇട്ട് പോയ ദിവസം ഇടവഴിയിൽ വച്ചതന്നെ കുറെ പിള്ളേർ അവന്റെ പിറകെ കൂടി. അവർ കൂട്ടമായി പാടാൻ തുടങ്ങി.

"ചെരിപ്പേ ചവിട്ട പരിപ്പേ കൂട്ട.."

സ്കൂളിൽ ചെന്നിട്ടും അവർ കിട്ടിയ അവസരങ്ങളൊന്നും പാഴാക്കി യില്ല. പെൺകുട്ടികളും ഒരു അത്ഭുത വസ്തുവെ കണ്ടതുപോലെ അവനെ നോക്കുന്നുണ്ടായിരുന്നു.ചിലർ കൈ മുഖത്ത് അമർത്തി ചിരിക്കുന്നുണ്ടാ യിരുന്നു .അതോടെ അവന് മതിയോ മതി എന്നായി.

ചെറുപ്പിടൽ അതോടെ നിർത്തി. ഇപ്പോൾ ആ ചെറുപ്പിന് നീളം പോരാ തായിട്ടുണ്ട്.

പല്ലുതേപ്പ് കഴിഞ്ഞ് അടുക്കളയിലേക്ക് ഓടുമ്പോൾ കുളി കഴിഞ്ഞ് വരുന്ന അച്ഛൻ ചോദിച്ചു "ഇന്നെന്താ ഇത്ര അമാന്തം ?"

അവൻ മറുപടിയൊന്നും പറഞ്ഞില്ല .അല്പം വൈകി എന്ന് തോന്നുന്നു. അമ്മ തന്ന കട്ടൻ കാപ്പി കുടിച്ച് അവൻ ടൈംടേബിൾ നോക്കി പുസ്തകങ്ങൾ എടുത്തുവെച്ചു.

സ്ലെയിറ്റും പെൻസിലും അടുത്തകൊല്ലം അഞ്ചാം ക്ലാസിൽ എത്തിയാൽ വേണ്ട. പിന്നെ മായിക്കാൻ വെള്ളം എടുത്തു വച്ചു .ചില കുട്ടികൾ മഷിത്തണ്ട് കൊണ്ടു വരും. സ്കൂളിൽനിന്ന് പാൽ കൊണ്ടുവരാ നുള്ള ഒരു കുപ്പിയും എടുത്ത് സഞ്ചിയിൽ വച്ചു. അത് അമ്മ കഴുകി വച്ചിട്ട ണ്ടായിരുന്നു .ഒരു ഗ്ലാസുപാത്രം ആയിരുന്നുമുമ്പ് കൊണ്ടുപോയിരുന്നത്.

പിന്നെ ഉപ്പുമാവ് കഴിക്കാൻ ഒരു വാഴയില കത്തിയെടുത്ത് പറമ്പിൽ പോയി മുറിച്ച കൊണ്ടുവന്നു. അമ്മ അത് നന്നായി തീയിൽ കാട്ടി വാട്ടി തന്നു. അത് മടക്കി പോക്കറ്റിൽ ഇടാം. അതാണ് സൗകര്യം.

"കുളിച്ച് ചായ കുടിക്കാൻ വാ! സമയം കളയണ്ട"

അമ്മ തിരക്കുകൂട്ടി. അവൻ പെട്ടെന്ന് കുളിച്ച വന്നു. ഇന്ന് ദോശയും ഉരുളക്കിഴങ്ങ് കറിയും ആണ്. രണ്ടും അവന്ന് ഇഷ്ടമാണ്.

ചിലപ്പോൾ രാവിലെ കഞ്ഞിയും പയറും ആയിരിക്കും. അത് അവന് ഇഷ്ടമല്ല. ഉച്ചയ്ക്ക് ഊണ് കഴിക്കാൻ വരാറില്ല. സ്കൂളിൽ നിന്ന് കിട്ടുന്ന മഞ്ഞ നിറത്തിലുള്ള ഉപ്പുമാവ് കഴിക്കാറാണ് പതിവ്. കൂട്ടുകാർക്കൊപ്പം ഇരുന്നു കഴിക്കാൻ നല്ല രസമാണ്.

അതുകഴിഞ്ഞ് കുറച്ചനേരം കളിക്കാൻ സമയം കിട്ടും. കള്ളനും പോലീസും തൊടാൻ പാച്ചില്ലം ഇട്ടിം കോലും മറ്റും കളിക്കാം .

മുടി ചീകി എന്ന് വരുത്തി.മുടി ചീകിയിട്ടും വലിയ കാര്യമൊന്നുമില്ല. ബ്രഷ് പോലെ നിൽക്കുന്നു.

കുട്ട്യപ്പയുടെ ഒരു ക്രോപ്പ്! ഒരു ഭംഗിയും ഇല്ല. ഷോപ്പിൽ പോയി മുടി വെട്ടണം. കണ്ണാടിയിൽ കണ്ട അവനെ അവന് ഒട്ടും ഇഷ്ടമായില്ല.

എന്തെങ്കിലും ആകട്ടെ. സഞ്ചിയും തോളിൽ ഇട്ട് കീശയിൽ തപ്പി വാഴയില ഇല്ലേ എന്ന് ഉറപ്പവരുത്തി. "ഞാൻ പോണേ..." അമ്മയോട് അവൻ വിളിച്ച പറഞ്ഞു.

മുത്തശ്ശൻ ഒരു മുറുക്കിനുള്ള വട്ടം കൂട്ടുകയാണ്. "മുത്തശ്ശാ" അവൻ കൈ വീശി. മുത്തച്ഛൻ ചിരിച്ചുകൊണ്ട് തലയാട്ടി. ഇനി മുത്തച്ഛൻ വൈകുന്നേരം വരെ എന്ത് ചെയ്യും എന്നോർത്താൽ വിഷമം തോന്നും. തനിച്ചിരുന്ന് ബോറടിക്കില്ലേ മുത്തച്ഛന്.

മുത്തച്ഛൻ പുസ്തകം വായിക്കുന്നതും അവൻ കണ്ടിട്ടേയില്ല.

കടലാസും പെൻസിലും ഒക്കെ എടുത്ത് പ്ലാൻ വരക്കുന്നത് കാണാം. നാട്ടിൽ പണിയാൻ പോകുന്ന ഇല്ലത്തിന്റെ പ്ലാൻ ആണത്രേ.

         അന്ന് അവിടെ അങ്ങിനെ

5

ഇടവഴികൾ

ഇടവഴിയിലേക്ക് ഇറങ്ങി നടന്നപ്പോൾ നല്ല തണല്യം തണുപ്പം. കുറച്ചുകൂടി പോയാൽ നീർച്ചാലുകൾ, തഴച്ചുവളർന്ന നിൽക്കുന്ന പച്ച പുൽനാമ്പുകളെ തഴകിത്തലോടി ഒഴുകി വരുന്നുണ്ടാകും.

ചില വിരുതന്മാർ ഒരു കാൽകൊണ്ട് വെള്ളം തേവി, മറുകാൽ കൊണ്ട് അതിനെ അടിച്ച തെറിപ്പിച്ച് ടപ്പേന്ന് ശബ്ദമുണ്ടാക്കും. അവന് അത് ചെയ്യാൻ അത്ര വശമില്ല.

ഓരോ പറമ്പിന മുകളിലും കുട്ടികൾ നിൽക്കുന്നുണ്ടാവും അവർക്കൊ പ്പം വീട്ടിലെ ആരെങ്കിലും കാണും.അവർ കുട്ടികളോട് പറയും "അതാ, താഴെ മഠത്തിലെ ഉണ്ണിയല്ലേ പോകുന്നത്. ഓന്റെ കൂട പൊക്കോ"

എന്നിട്ട് ഞങ്ങളോട് പറയും "ഒന്ന് നോക്കണേ മോനേ! പാറേമ്മലെ നടക്കുമ്പോ"

നല്ല വഴുക്കുള്ള കരിംപാറക്കൂട്ടങ്ങളുണ്ട് കുറച്ചുകൂടികഴിഞ്ഞാൽ. വെള്ളം ഒഴുകി ഒഴുകി വരുന്നത് കൊണ്ടുള്ള വഴുക്കലാണ്. അപ്പോൾ കാൽവിരലിന്റെ നഖമൂന്നി പാറപ്പുറത്ത് കൂടി ശ്രദ്ധിച്ച നടക്കണം. ചെറിയ കുട്ടികളുടെ കൈ നാലാം ക്ലാസില്ലുള്ള കുട്ടികൾ പിടിക്കും. ഒന്നാം ക്ലാസിലെ മിക്ക കുട്ടികളെയും അവരുടെ വീട്ടിൽ നിന്ന് ആരെങ്കിലും കൊണ്ടുവരികയായണ് പതിവ്. ഇപ്പോൾ മഴക്കാലമല്ല. മഴക്കാലത്ത് കുറച്ച് പേടിക്കണം..കലക്ക വെള്ളം ചായയുടെ നിറത്തിൽ കുത്തിയൊ ലിച്ച വരും. അതിൽ ചിലപ്പോൾ നീർക്കോലികൾ നീന്തിത്തുടിക്കുന്ന ണ്ടാവും .ഒപ്പം ചെറിയ തവളകളും. അപ്പോൾ ജയശീലൻ നീട്ടിപ്പാട്ടം.

"നാല്യ കാല്യുള്ളൊരു നങ്ങേലി പെണ്ണിനെ കോല്യ നാരായണൻ കട്ടോണ്ട് പോയേ".

പരൽമീൻ നിറയെ കൂട്ടംകൂട്ടമായി പോകുന്നത് കാണാം. കണ്ണുരുട്ടി പേടിപ്പിക്കുന്ന പട്ടക്കുറ്റൻ പോക്കാച്ചി തവളകളെയും കൽമതിലുകളുടെ പൊത്തുകളിൽ കാണാം. മഴയിൽ നനഞ്ഞു കുതിർന്നുള്ള ആ യാത്ര ബഹു രസമാണ്.

ശക്തമായ കാറ്റും മഴയും ഇടിമിന്നലും ഒക്കെയുള്ള ദിവസങ്ങളിൽ സ്കൂളിന് അവധി പറയും. അപ്പോൾ വീട്ടിൽ സ്വസ്ഥമായിരിക്കാം. കനത്തു പെയ്യുന്ന മഴയത്ത് കഥാപ്പുസ്തകങ്ങൾ വായിച്ചിരിക്കാൻ അവന് വലിയ ഇഷ്ടമാണ്. വെറുതെ ഓരോന്നാലോചിച്ച് മഴയെ നോക്കിയിരിക്കാനും.

ഓരോ വീടുകളിൽ നിന്നും കുട്ടികൾ ഇറങ്ങിവന്ന് കൊണ്ടിരിക്കുന്നുണ്ട്.

അധിക വീടുകളിൽ നിന്നും ഇടവഴിയിലേക്ക് ഇറങ്ങാൻ തെങ്ങിൻതടിയിൽ പടവുകൾ കൊത്തിയുണ്ടാക്കി ചാരിവെച്ച കോണി ആയിരിക്കും. അതുവഴി ഇറങ്ങാൻ കുറച്ച് പ്രയാസമുണ്ട്. നല്ല പ്രാക്ടീസ് ഉള്ളവർ പെട്ടെന്ന് ഇറങ്ങും. കയറും.കുറെ നാൾ കഴിഞ്ഞ് തെങ്ങിന്റെ കോണി കേടുവരുമ്പോൾ പുതിയ ഒരു തെങ്ങിൻ തടി പടവുകൾ കൊത്തിയുണ്ടാക്കി, പഴയതിന്റെ സ്ഥാനത്ത് ചാരി വെക്കും.

കൂട്ടുകാർ ഓരോരുത്തരായി കൂട്ടത്തിൽ ചേരുന്നുണ്ട്. ദിവാകരൻ, അരവി, കുഞ്ഞിക്കണ്ണൻ, നാണു, ജയശീലൻ, ശ്രീധരൻ അങ്ങിനെ ഓരോരുത്തരായി ചേരും വഴിയിൽ വെച്ച്. മറ്റ് ഇടവഴികൾ താണ്ടി വരുന്നവരും സ്കൂളിലുണ്ട്.

 അന്ന് അവിടെ അങ്ങിനെ

ഇന്ന് വിജയനുമുണ്ട് മുന്നിൽ നടക്കാൻ. വിജയൻ ഞങ്ങളെക്കാൾ കുറച്ച മുതിർന്നതാണ്. ഒരു അഞ്ചാറ് വയസ്സ് എങ്കിലും അധികം കാണും. വലിയ സ്കൂളിൽ ചേർന്ന് ഏഴിലോ എട്ടിലോ പഠിക്കുമ്പോൾ പഠിപ്പ് നിർത്തിയതാണ്. സ്കൂളിൽ ഉപ്പുമാവ് ഉണ്ടാക്കാനും വൈകുന്നേരം പാല്യകാച്ചാനും ഒക്കെ സഹായിയായി നിൽക്കും. സ്കൂളിലേക്കുള്ള ചെറിയ ചെറിയ കാര്യങ്ങൾക്കൊക്കെ മാഷന്മാർ അയക്കുന്നത് വിജയനെയാണ്. സ്കൂളിന്റെ ഒരു മൂലയിൽ ളുക്കിയിട്ടിരിക്കുന്ന റെയിൽ പാളത്തിന്റെ ഒരു കഷണം ആണ് സ്കൂളിന്റെ ബെൽ. അതിൽ ഒരു ഇരുമ്പ് കോൽശക്തിയായി അടിക്കുന്നതാണ് സ്കൂളിന്റെ സമയക്രമം പാലിക്കാനുള്ള മണിമുഴക്കം. ബെല്ലടിക്കുന്നതും സ്കൂളിൽ വിജയന്റെ ജോലിയാണ്.

സ്കൂളിൽ പോകുന്ന കുട്ടികൾക്കും വിജയൻ വലിയ സഹായമാണ്. അതിനാൽ കുട്ടികളുടെ വീട്ടുകാർക്കും വിജയനെ വലിയ കാര്യമാണ്. അമ്മാമന്റെ സംരക്ഷണത്തിലാണ് വിജയനും അമ്മയും കഴിഞ്ഞുകൂട്ട ന്നത്. പഠിപ്പിൽ വലിയ മിടുക്കനൊന്നും അല്ലാത്തതിനാൽ പഠിത്തം നിർത്തി. ചെറിയ വല്ല ജോലിയും ചെയ്ത കഴിഞ്ഞുപോകുന്നു.

അവന് സ്കൂളിൽ പോകാനുള്ള മടി മാറ്റിയതും വിജയനാണ്. ഒന്നാം ക്ലാസ്സിൽ ചേർന്ന ഉടനെ സ്കൂളിൽ പോകാൻ അവനു വലിയ മടിയായി രുന്നു. കരച്ചിലും വാശിയും ദേഷ്യവും. ഒരിക്കൽ വല്യേച്ചിയാണ് കുട്ടനെ നിർബന്ധിച്ച സ്കൂളിൽ കൊണ്ടാക്കിയത്.അന്ന് വല്യേച്ചിയുടെ തോളത്ത് ഒരു നല്ല കടിയും കൊട്ടത്തിരുന്ന ദേഷ്യത്തിന്.

പിന്നെയാണ് വിജയന്റെ കൂടെ പോകാൻ തുടങ്ങിയത്. എങ്ങനെ യാണ് മടി മാറിയതെന്ന് അറിയില്ല.

ഒന്നാംക്ലാസും രണ്ടാം ക്ലാസും കഴിഞ്ഞപ്പോൾ അവൻ സ്കൂളിനെ വളരെയധികം ഇഷ്ടപ്പെട്ട തുടങ്ങി. പനി വന്നാൽ പോല്യം സ്കൂളിൽ പോകണം എന്ന് വാശിപിടിച്ച കരയും.

ചുമർ ചെത്തി തേക്കാത്ത ചെങ്കല്ല് കൊണ്ട് കെട്ടിയ സ്കൂളിനെ "കല്ല് സ്കൂൾ" എന്നാണ് എല്ലാവരും തമാശയായി വിളിച്ചിരുന്നത്. ശരിക്കുള്ള പേര് വിജ്ഞാന വൃന്ദാവനം എൽ പി സ്കൂൾ. എന്നാണ്.

ആരെങ്കിലും കല്ല് സ്കൂൾ എന്ന് പറഞ്ഞാൽ ഹെഡ്മാസ്റ്റർ ശങ്കരൻ മാഷിന് കലി കയറും.സ്കൂളിന്റെ ശരിയായ പേര് തന്നെ പറയണം എന്നത് മാഷിന് വലിയ നിർബന്ധമാണ്.

ശങ്കരൻ മാഷിനെ എല്ലാവർക്കും വലിയ പേടിയാണ്. പിന്നെ മൂന്നാല വേറെ മാഷമ്മാരും രണ്ട് ടീച്ചർമാരും ഉണ്ട്.

അച്ഛൻ വലിയ സ്കൂളിലെ മാഷായതിനാൽ അവനെ മാഷമ്മാർക്കും

ടീച്ചർമാർക്കും ഒക്കെ വലിയ കാര്യമാണ്. അവരുടെ മക്കളൊക്കെ അവിടെ പഠിക്കുന്നുണ്ട്.

ടീച്ചർമാരൊക്കെ ചിലപ്പോൾ വീട്ടിൽ വരാറുണ്ട്. ചായയൊക്കെ കുടിച്ച് അമ്മയോട് സംസാരിച്ചിരിക്കും.

ശങ്കരൻ മാഷ് മലയാളം പാഠങ്ങൾ ഉറക്കെ വായിപ്പിക്കും. മറ്റുള്ള കുട്ടികൾ തപ്പി തടഞ്ഞാണ് വായിക്കുക. അവൻ വീട്ടിൽ നിന്ന് കുറേ തവണ വായിക്കുന്നതിനാൽ വെള്ളം പോലെ വായിക്കും.

" ഒരു നാലാം ക്ലാസുകാരന്റെ വായന എന്ന് പറഞ്ഞാൽ ഇതാണ്!" എന്ന് ശങ്കരൻ മാഷ് ഉറക്കെ പറയും. അപ്പോൾ അവന് അഭിമാനവും സന്തോഷവുമൊക്കെ തോന്നും.

ചിലപ്പോൾ ശങ്കരൻ മാഷ് അവനെ ഒന്നാം ക്ലാസിലേക്കും രണ്ടാം ക്ലാസിലേക്കും പഠിപ്പിക്കാൻ വിടും.

തറ പറ എന്നൊക്കെ എഴുതി കുട്ടികളെ കൊണ്ട് വായിപ്പിക്കണം. ചെറിയ മാഷായി ഒന്നാം ക്ലാസിൽ പോയി പഠിപ്പിക്കുമ്പോൾ ഒരു ചെറിയ ഗമയൊക്കെ തോന്നും.

 അന്ന് അവിടെ അങ്ങിനെ

6
നള്ളുന്ന പെണ്ണ്

മൂന്നാം ക്ലാസിൽ പഠിക്കുമ്പോഴാണ് ഒരു ചെറിയ പേടി അവനെ പിടികൂടിയത്. മാലതി എന്ന പെണ്ണിന്റെ ചെളിനിറഞ്ഞു നിൽക്കുന്ന കൂർത്ത കൈ നഖങ്ങളെ അവന് ഭയമായിരുന്നു.

ഒന്നാം ക്ലാസിൽ പഠിക്കുന്ന മാലതി വളരെ പെട്ടെന്ന് തന്നെ 'നള്ളുന്ന പെണ്ണ്' എന്ന പേരിൽ സ്കൂളിൽ കുപ്രസിദ്ധയായി. അവളുടെ ശരിയായ പേര് എല്ലാവരും മറന്നു.

തരം കിട്ടുമ്പോഴൊക്കെ അവൾ പിറകിലൂടെ പതുങ്ങിച്ചെന്ന് മറ്റ കുട്ടികളെ നള്ളിപ്പറിക്കും. അങ്ങനെ പമ്മിച്ചെന്ന് നള്ളാൻ അവൾക്ക് അസാധാരണമായ ഒരു വിരുതുണ്ട്.

ഒരു പുതിയ കുപ്പായം ഇട്ട ദിവസമാണെങ്കിൽ പിന്നെ പറയാന മില്ല. അവളുടെ അതികഠിനമായ ആക്രമണം അന്ന് നന്നായുണ്ടാകും. കൈകളിലെയും തുടകളിലെയും മാംസള ഭാഗങ്ങൾ അവളുടെ കൂർത്ത നഖങ്ങൾക്കിടയിൽ ഞരിഞ്ഞമരും. നള്ളകൊണ്ട് കരയുന്ന കുട്ടികളെ നോക്കി ഒരു വല്ലാത്ത സംതൃപ്തിയോടെ അവൾ ചിരിക്കും.

മാഷന്മാരും ടീച്ചർമാരും അവളെ ശകാരിക്കുകയും ചെറിയ അടി കളൊക്കെ കൊട്ടുക്കുകയും ചെയ്യെങ്കിലും അവളുടെ നള്ളകൾക്ക് യാതൊരു കുറവും ഉണ്ടായില്ല.

ടീച്ചർമാർ അവളുടെ നഖങ്ങൾ മുറിക്കാൻ ശ്രമിച്ചപ്പോൾ അവൾ അലറി വിളിച്ച കൊണ്ട് കുതറിയോടി.

മൂന്നാല് തവണ അവനും കിട്ടി നല്ല നള്ളകൾ. കുറേസമയം നല്ല നീറ്റലും പുകച്ചിലും. പിറകിൽ നിന്ന് പതുങ്ങി വന്ന് നള്ള് തരുന്നത് എപ്പോഴാണെന്ന് അറിയില്ല.

ഒരു ദിവസം അവന് കിട്ടിയ നള്ള കുറച്ച് കഠിനമായിരുന്നു. തൊലി അടർന്നുപോയി. കുറച്ച ചോര വന്നു തടിച്ച കൈയുടെ പിൻഭാഗം. വളരെ പെട്ടെന്നായിരുന്നു എല്ലാം. നള്ളി പറിച്ചിട്ട് വേദന കൊണ്ട് പുളയുന്നത് നോക്കി പല്ലിളിച്ചിട്ട് അവൾ ഓടിപ്പോയി.

തൈത്തെങ്ങിന്റെ മട്ടലിന്റെ പൊടി ചുരണ്ടിയെടുത്ത് അമർത്തി വെച്ചപ്പോൾ അല്പം ആശ്വാസം തോന്നി.

ഇനി അവളെ അങ്ങനെ വിട്ടാൽ പറ്റില്ല. അവളുടെ അമ്മ നാണി അവന്റെ വീട്ടിൽ ഇടക്കൊക്കെ വരാറുണ്ട്. അമ്മയോട് എന്തെങ്കിലും ചില്ലറ സാധനങ്ങളൊക്കെ ചോദിച്ച വാങ്ങിക്കൊണ്ടു പോകാറുണ്ട്. അമ്മ തീറ്റ സാധനങ്ങളും മറ്റം അറിഞ്ഞു കൊട്ടക്കാറുണ്ട്. നാണി എന്തെങ്കിലും ചെറിയ പണികൾക്ക് പോയിട്ടാണ് അവർ കഴിഞ്ഞു പോരുന്നത്. അസുഖം പിടിച്ച മാലതിയുടെ അച്ഛൻ അവരുടെ ഓലക്ക ടിലിന്റെ മുറ്റത്തിരുന്ന് എപ്പോഴും ഒരു കോലെടുത്ത് ചീര നട്ടതിന് ചില്ലി കൊടുക്കുന്നത് കാണാം. അയാൾക്ക് മറ്റ പണികൾക്ക് ഒന്നും പോകാൻ പറ്റില്ല.

അന്ന് വൈകുന്നേരം തന്നെ അവൻ അമ്മയോട് നാണിയുടെ നള്ളുന്ന പെണ്ണിന്റെ കാര്യം പറഞ്ഞു. നള്ള കൊണ്ട് ചുവന്ന് തിണർത്ത കൈകണ്ടപ്പോൾ അമ്മയ്ക്ക് സഹിച്ചില്ല.

"അത്രൂല്ലായോ ആ അസത്ത് പെണ്ണ്!. ഓളെ നള്ളല് ഞാൻ നിർത്തി തരാം." അമ്മ നല്ല ചൂടിലാണ്.

അമ്മ നാണിയെ വിളിച്ച വരുത്തി. നാണി വന്ന ഉടനെ അമ്മ ചാടിക്കയറി.

" ഇന്റെ മോളെ നള്ള് പേടിച്ച് പിള്ളർക്ക് സ്കൂളിൽ പോകാൻ പറ്റാ ണ്ടായല്ലോ. ഇതാ ഇന്നിവനേം നള്ളിപ്പറിച്ച നിന്റെ പെണ്ണ്. അതിന്റെ നഖം മുറിച്ച വിട്ടടെ നിനക്ക്."

അത് കേട്ട് തലയിൽ കൈവെച്ച് നാണി വിലപിച്ചു.

"ഉയിശെന്റമ്മോ! ആ പെണ്ണിനെ കൊണ്ട് ഞാൻ തോറ്റ. നാട്ടുകാരെ ചീത്ത കേട്ട് എനക്ക് മത്യായി. നഹം മുറിക്കാൻ ഒട്ടും ബിഡ്ന്നില്ല ആ കുരിപ്പ്.ഇന്ന് ഞാൻ ഓക്ക് വെച്ചിറ്റ്ണ്ട്..."

തലയിൽ തല്ലി കൊണ്ട് എന്തൊക്കെയോ തെറിവിളിച്ച കൊണ്ട് നാണി പോയി.

പിറ്റേന്ന് സ്കൂളിൽ എത്തിയപ്പോൾ ഒന്നാം ക്ലാസ്സിൽ ഒരു ബെഞ്ചിൽ മാലതി തലതാഴ്ത്തി ഇരിക്കുന്നത് കണ്ടു.

കഞ്ഞിക്കണ്ണനും ശ്രീധരനും വന്നു പറഞ്ഞു. "ഓളെ നഖം മുയ്മ്മൻ മുറിച്ചിട്ടുണ്ട്.എനി ഓൾടെ നള്ളൊന്നും നടക്കൂല... നല്ല അടീം കിട്ടീറ്റ്ണ്ട്."

അവനും നാണുവും ചെന്നു നോക്കി. ശരിയാണ് നഖങ്ങൾ മുഴുവനും മുറിച്ചിട്ടുണ്ട്. കയ്യിലും കാലിലും ഒക്കെ അടിയുടെ പാടുകൾ തിണർത്തു കിടക്കുന്നുണ്ട്.

അവൾ മുഖംകുനിച്ചിരിക്കുകയാണ്. ആരെയും നോക്കുന്നില്ല മുഖത്ത് ഒരു ദയനീയ ഭാവമാണ്.

"ഇപ്പ വാല് മുറിഞ്ഞ തേളിന പോലായി"

നാണു പറഞ്ഞു.

പിന്നീട് മാലതി ആരെയും നള്ളിയിട്ടില്ല. അവൾ നല്ല കുട്ടിയായി.

7
പരിഹാസം

സ്കൂളിൽ മാഷമ്മാരും ടീച്ചർമാരും ഒന്നും അവനെ കുട്ടൻ എന്ന് വിളിക്കാറില്ല. കുട്ടികളും അങ്ങിനെ തന്നെ. ഉണ്ണി അല്ലെങ്കിൽ ഉണ്ണിക്കണ്ണായെന്ന് തന്നെയാണ് അവരെല്ലാവരും വിളിക്കുന്നത്.

പക്ഷേ പേരിന്റെ കാര്യത്തിൽ ഇപ്പോൾ ഏറ്റവും വലിയ ശല്യമായി മാറിയിരിക്കുന്നത് അവന്റെ ക്ലാസിലെ രാജൻ എന്ന ചെക്കനാണ്. തടിച്ച കറുത്ത് അസൂയ നിറഞ്ഞ നോട്ടവും പുറത്തേക്ക് ഉന്തിനിൽക്കുന്ന വലിയ പല്ലുകളും ഉള്ള രാജൻ.

തരം കിട്ടുമ്പോളെല്ലാം അവൻ പുച്ഛവും പരിഹാസവും കലർന്ന ഒരു ഇളിയോടെ "കുട്ടൻ ! കടച്ചി!"

"ഐക്കുട്ടൻ ഐകടച്ചി" എന്നൊക്കെ വിളിച്ച് പിറകെ വന്ന് ശല്യ പ്പെടുത്തും.

വിജയനും മറ്റ കൂട്ടുകാരും ഒക്കെ ഉണ്ടെങ്കിൽ അവൻ ഒന്നും മിണ്ടാതെ നടന്ന പോകും.

സ്കൂളിൽ വരുമ്പോഴും പോകുമ്പോഴും രാജൻ മറ്റുള്ളവരുടെ കൂട്ടത്തിൽ കൂടാറില്ല. കുറെ മുന്നിൽ അല്ലെങ്കിൽ പിറകിൽ മാറി നടക്കും. ചിലപ്പോൾ ഉച്ചക്ക് കളിക്കാൻ വിളിച്ചാലും വരില്ല.

ഇടയ്ക്കിടയ്ക്ക് എന്തെങ്കിലും കുരുത്തക്കേടുകൾ ഒപ്പിച്ച് ശങ്കരൻ മാഷുടെ കയ്യിൽ നിന്ന് കൈവെള്ളയിൽ ചൂരലിന്റെ അടി വാങ്ങുന്നത് കണ്ടിട്ടുണ്ട്.

വളരെ അപൂർവ്വമായി മാത്രമേ ശങ്കരൻ മാഷ് ചൂരൽ എടുത്ത് കുട്ടികളെ അടിക്കാറുള്ളൂ. ക്ലാസ്സിൽ വരുമ്പോഴും വരാന്തയിൽ നടക്ക മ്പോഴും ചൂരൽ കയ്യിൽ ഉണ്ടാകും. പക്ഷേ വളരെ അത്യാവശ്യത്തിന് മാത്രമേ അത് ഉപയോഗിക്കാറുള്ളൂ.

  അന്ന് അവിടെ അങ്ങിനെ

ശങ്കരൻ മാഷോട് വേണമെങ്കിൽ പരാതി പറയാം. പക്ഷേ .. അത് വേണ്ട, ഈ ചെറിയ ഒരു കാര്യത്തിന്. പോരെങ്കിൽ സ്കൂൾ ലീഡർ ആയ ഞാൻ. വേണ്ട എന്ന് അവന്റെ മനസ്സ് വിലക്കി.

രാജനോട് പലതവണ അങ്ങനെ വിളിക്കരുതെന്ന് പറഞ്ഞതാണ്. ഇന്ന് ഒരുതവണ കൂടി പറഞ്ഞു നോക്കാം. ഇല്ലെങ്കിൽ വിജയനോട് പറയാം.

ഉച്ചക്ക് ഉപ്പുമാവ് കഴിച്ച് വെറുതെ ഗ്രൗണ്ടിൽ നിൽക്കുകയായിരുന്നു മറ്റുള്ളവരൊക്കെ കഴിച്ചിട്ട് വരുന്നേയുള്ളൂ.

അപ്പോൾ രാജൻ അവന്റെ പതിവ് പരിഹാസവുമായി എത്തി.

"എടാ! എന്റെ പേര് കുട്ടാന്നല്ല. അത് വീട്ടിൽ മാത്രം വിളിക്കുന്നതാ.. ഞി ഇനി എന്ന അങ്ങനെ വിളിക്കറ്. "

രാജൻ മഞ്ഞപ്പല്ലുകൾ കാട്ടി ഒരു വൃത്തികെട്ട ഇളി ഇളിച്ചു.

അപ്പോൾ അഞ്ചാറ് പെൺകുട്ടികളുടെ ഒരു സംഘം അതിലെ പോകുന്നുണ്ടായിരുന്നു. മൂത്രപ്പുരയിലേക്കായിരിക്കാം.

അപ്പോൾ ചെക്കന്റെ ഉഷാർ കൂടി.

"കുട്ടൻ! കടച്ചി! ക്ല! നടക്ക് കുട്ടാ ! നേരെ.! ഐകുട്ടാ ഐ കുട്ടാ".

എന്നിട്ട് അവൻ ഒരു വടിയെടുത്ത് മൂരി കൂട്ടനെ തെളിക്കുന്നത് പോലെ അഭിനയിക്കാൻ ഇടങ്ങി. നേരെ ചെന്ന് ചെകിട്ടത്ത് രണ്ട് പൊട്ടിക്കാനാണ് തോന്നിയത്.

പക്ഷേ സ്വയം നിയന്ത്രിച്ചു. പാടില്ല. ഉണ്ണി സ്കൂളിൽ നല്ല കുട്ടിയാണ്. തമ്മിൽ തല്ലിനൊന്നും പോകാറില്ല. പോരെങ്കിൽ സ്കൂൾ ലീഡറും.

പെൺകുട്ടികൾ കൈപൊത്തി ചിരി അമർത്തി പോകുന്നത് കണ്ട പ്പോൾ അവന് എവിടെയൊക്കെയോ ഉള്ളിൽ കൊളുത്തി വലിക്കുന്നത് പോലെ തോന്നി.

എന്തോ വലിയ കാര്യം നേടിയ പോലെ മഞ്ഞപ്പല്ലുകൾ ഇളിച്ച കാണിച്ച അവൻ ഓടിപ്പോയി.

വരട്ടെ! അവന്റെ കളി കുറച്ച കൂടുന്നുണ്ട്. അതൊന്ന് നിർത്തണം

പെൺപിള്ളേരുടെ ചിരി അമർത്തിയ മുഖങ്ങളാണ് ഇപ്പോൾ മനസ്സ് നിറയെ. എവിടെയൊക്കെയോ ഒരു നീറ്റൽ.

" കുട്ടാ കുട്ടാ കുട്ടൻ കുട്ടൻ" എന്തിനാണാവോ അങ്ങനെയൊരു പേര് തനിക്കിട്ടത്.

ഇവിടെ എല്ലാവർക്കും ഉണ്ണിക്കണ്ണൻ ആയതുകൊണ്ട് കുറച്ച്

ആശ്വാസം. മുത്തച്ഛന്റെ പേരായ കൃഷ്ണനെ പരിഷ്ക്കരിച്ച് ഉണ്ണി എന്ന് ചേർത്ത് കുഞ്ഞേച്ചി ആണത്രേ അത് ഭംഗിയാക്കിയത്.

അല്ലെങ്കിലും ഈ നമ്പൂതിരിമാർക്കിടയിൽ ഇങ്ങനെയൊക്കെ യാണ്. കുഞ്ഞൻ, തമ്പാൻ, ഈശ്വരൻ, ഗണപതി, വിഷ്ണു, ശിവൻ, സുബ്രു അങ്ങനെ കുറെയെണ്ണം.

അതൊക്കെ സഹിക്കാം. പിന്നെ മറ്റൊന്നുണ്ട്. "മിട്ടക്കൻ" ഏത് മരങ്ങോടനേയും വിളിക്കും "മിട്ടക്കൻ".

അവന് ആരോടെല്ലാമോ എന്തിനോടെല്ലാമോ അകാരണമായി അരിശം തോന്നി. ചെത്തി തേച്ചിട്ടില്ലാത്ത സ്കൂൾ ചുമരുകളിൽ അവൻ കൈ ചുരുട്ടി ഇടിച്ചു.

"ഉണ്ണി ! ഞി വെറുതെ ചുമരിനിടിച്ച് കൈ ബെടക്കാക്കണ്ട. ബാ ഇമ്മക്ക് കള്ളനും പോലീസും കളിക്കാം.

ഞി ഇന്ന് വേണമെങ്കിൽ എസ്ഐ ആയിക്കോ. അന്റെ ദേശ്യം തീരട്ടെ."

ഓ! നാണുവാണ്. ബെഞ്ചിൽ തൊട്ടടുത്തിരിക്കുന്ന അടുത്ത ചങ്ങാതി. പിറകെ കുഞ്ഞിക്കണ്ണനും ഒലിക്കുന്ന മൂക്ക് വലിച്ച കയറ്റി ശ്രീധരനുമുണ്ട്. അവന് ജലദോഷം മാറിയ നേരമില്ല.

അരവിക്ക് പക്ഷേ ഇതിനൊന്നും നേരമില്ല. അവൻ എപ്പോഴും ഒറ്റയ്ക്ക് ഡ്രൈവറായി കളിക്കും.

ഇപ്പോഴും ബസ്റ്റാൻഡിൽ നിന്നും ബസ് പുറത്തേക്ക് എടുക്കുന്ന ഡ്രൈവറെ അനുകരിക്കുകയാണ്. വായ കൊണ്ടും മൂക്ക് കൊണ്ടും ചില വിചിത്ര ശബ്ദങ്ങൾ പുറപ്പെടുവിക്കുന്നുണ്ട്.

കൈകൾ സ്റ്റിയറിങ് വീലിന്റെ വിദഗ്ധമായ നിയന്ത്രണത്തിലാണ്. അങ്ങോട്ടുമിങ്ങോട്ടും വളക്കുകയും തിരിക്കുകയും ഒക്കെ ചെയ്യുന്നുണ്ട്.

അരവി അവരുടെ കൂടെ കളിക്കാൻ ഒന്നും വരാറില്ല. എപ്പോഴും ബസ് ഡ്രൈവറെ അനുകരിച്ച ബസ്സോടിച്ച കൊണ്ടിരിക്കും.

ചിലപ്പോൾ അവൻ ആരും അടുത്തില്ലെങ്കിൽ പറയും. "വലുതാവു മ്പോ എനക്കൊരു ബസ് ഡ്രൈവർ ആവണം. പറ്റുമെങ്കിൽ ഒരു ബസ് വാങ്ങണം. എന്നിട്ട് ഒരു പോക്കുണ്ട്. ദാ ! ഇങ്ങനെ.."

ഭാവനയിൽ ബസ് ഡ്രൈവറായി അടുത്ത നിമിഷം ബസ് സ്റ്റാർട്ട് ചെയ്യു പ്രത്യേക ശബ്ദങ്ങൾ ഉണ്ടാക്കി അവൻ ഓടിച്ച പോകും.

കുഞ്ഞിക്കണ്ണനാണ് ചിന്തകളിൽ നിന്നും പിടിച്ച വലിച്ചത്. "എല്ലാരും

വാ, നമുക്ക് എന്തെങ്കിലും കളിക്കാം"

" എടാ, ഒരു ചെറിയ തലവേദന. മ്മക്കാ തൈത്തെങ്ങിന്റെ ആട പോയിരിക്കാം. ബെല്ലടിക്കും വരെ."

അവൻ പറഞ്ഞു.

"ന്നാ   എല്ലാറ്റും വാ, മ്മക്ക് എന്തങ്കിലും പറഞ്ഞോണ്ടിരിക്കാം" നാണു പറഞ്ഞു.

തൈത്തെങ്ങിന്റെ ചോട്ടിലിരിക്കാൻ എല്ലാവർക്കും ഇഷ്ടമാണ്. നല്ല കാറ്റ് കിട്ടും. എല്ലാവരും ചുറ്റിലും ഓടിക്കളിച്ച നല്ല മിനുസമായിട്ടുണ്ട് തെങ്ങിന് ചുറ്റം.

കുട്ടികൾക്ക് പെട്ടെന്ന് ചെറിയ മുറിവോ മറ്റോ പറ്റിയാൽ തെങ്ങിന്റെ മട്ടലിൽ നിന്ന് ചുരണ്ടിയെടുക്കുന്ന പൊടിയാണ് ഗോപാലൻ മാഷ് മരുന്നായി വെച്ചുകൊട്ടുക്കാറ്. അതുകണ്ട് കുട്ടികളും അങ്ങനെ ചെയ്യാ റുണ്ട്. ചെറിയ മുറിവൊക്കെ വേഗം ഉണങ്ങും.

എല്ലാവരും എന്തൊക്കെയോ പറയുന്നുണ്ട്. അവന് അതൊന്നും ശ്രദ്ധിക്കാൻ തോന്നിയില്ല.

കുഞ്ഞിക്കണ്ണൻ അത് ശ്രദ്ധിച്ച കാണും. "ഉണ്ണിക്ക് ഇന്നൊരു ഉ ശാറില്ല. തലകടച്ചില് കൊണ്ടാവ്വം. വീട്ടിലെത്തി നല്ലൊരു സ്റ്റോങ്ങ് ചായ കുടിച്ചാൽ മതി അത് പോവ്വം"

കുഞ്ഞിക്കണ്ണന്റെ കയ്യിൽ ഇത്തരം പൊടിക്കൈകൾ നിരവധിയു ണ്ട്. അവന്റെ ചേട്ടന്മാരിൽ നിന്നാണ് അവൻ ഇതൊക്കെ മനസ്സിലാ ക്കുന്നത്.

അപ്പോഴേക്കും ബെല്ലടിച്ചു. അവൻ മറ്റുള്ളവർക്ക് ഒപ്പം ക്ലാസിൽ ചെന്നിരുന്നു. ഒരുത്സാഹവും തോന്നിയില്ല.

"ഇന്ന് ഉണ്ണിക്ക് എന്തപറ്റി?"

വേണു മാഷ് മാറ്റം ശ്രദ്ധിച്ച കാണം. "ഓന്നൊരു തലകടച്ചില് സേറ്" കുഞ്ഞിക്കണ്ണനാണ് ഉത്തരം കൊടുത്തത്.

അപ്പോൾ അപ്പുറത്തെ ബെഞ്ചിൽ നിന്നും ഒരു കറുത്ത മുഖത്ത്‌മഞ്ഞ പല്ലുകൾ തെളിഞ്ഞു.

കണ്ണകളിൽ എന്തിന്റെയോ തിളക്കം. "വരട്ടെടാ, നിനക്ക് വെച്ചി ട്ടുണ്ട്."

അവൻ മനസ്സിൽ കുറിച്ചിട്ടു.

സ്ക്കൾ വിട്ടുന്നതിനു മുമ്പുള്ള പാൽ നൽകാനായി ജാനകി ടീച്ചർ

എല്ലാവരെയും വിളിച്ചു. ചിലരൊക്കെ പാൽ അപ്പോൾ തന്നെ കുടിച്ചു. അവന് പാൽ അങ്ങനെ കുടിക്കുന്നത് ഇഷ്ടമല്ല. അവൻ സഞ്ചിയിൽ കരുതാറുള്ള കുപ്പിയിൽ വിജയൻ പാൽ ഒഴിച്ച കൊടുത്തു. വിജയനും അവന്റെ മാറ്റം ശ്രദ്ധിച്ചു.

"എന്താ ഉണ്ണീ, ഒരു സന്തോഷല്ലാണ്ട്?

"ഉണ്ണിക്ക് ഒരു തലകടച്ചല് " നാണു ഉത്തരം കൊടുത്തു.

ഇടവഴി താണ്ടി മറ്റള്ളവർക്കൊപ്പം വീട്ടിലേക്ക് നടന്നു. പുച്ഛം കലർന്ന ഇളിയും അസൂയ കലർന്ന കണ്ണുകളും പിറകില്ല്ണ്ട് എന്നവന് അറിയാമായിരുന്നു.

ഇപ്പോൾ വേണോ? ഷർട്ടിന്റെ കോളറിൽ പിടിച്ച മുഖത്ത് രണ്ട് പൊട്ടിച്ചാലോ?

പക്ഷേ ഇപ്പോൾ വേണ്ട...

എന്തെല്ലാമോ അവനെ ഉള്ളിൽ നിന്നും വിലക്കി.

അപ്പോഴാണ് വിജയന്റെ പിറകിൽ നിന്നുള്ള വിളി കേട്ടത്. "ഉണ്ണീ! നിക്ക് ! ഞാനുണ്ട് അങ്ങോട്ട്"

അവൻ നിന്നു. വിജയൻ വീട്ടിലേക്കുള്ള തെങ്ങിന്റെ കോണി വേഗം കയറി സഞ്ചിയും എടുത്ത് തിരികെ വന്നു..പീടികയിലേക്ക് പോകണ മായിരിക്കും വിജയന് .

"വാ നടക്ക്," അവർ പതുക്കെ നടന്നു. കുട്ടികൾ ഓരോരുത്തരായി അവരവരുടെ വീടുകൾ എത്തുമ്പോൾ കോണി കയറിപ്പോയി.

വീട്ടു പറമ്പിലേക്ക് കയറാനുള്ള പടികൾക്ക് അരികിൽ എത്തിയ പ്പോൾ വിജയൻ അവന്റെ മുഖത്തേക്ക് തന്നെ നോക്കി ചോദിച്ചു.

"ഇനി പറ! മറ്റെല്ലാരും പോയി. ഇനിക്ക് തലകടച്ചിലൊന്നും അല്ലാന്ന് എനക്കറിയാം. എന്തായാല്യം പറ. മ്മക്ക് ശര്യക്കാംന്ന്."

പറയാം. എല്ലാം പറയാം. വിജയനോട് പറയണമെന്ന് കുറച്ചദി വസമായി വിചാരിക്കുന്നു. അവൻ പറഞ്ഞു. രാജൻ എന്ന ചെക്കന്റെ കുറച്ചദിവസങ്ങളായുള്ള ശല്യത്തെ പറ്റി. അത് കാരണം അനുഭവിക്കുന്ന സ്കൂളിലെ നാണക്കേടിനെപ്പറ്റി .

കേട്ടുകഴിഞ്ഞപ്പോൾ വിജയൻ പറഞ്ഞു "അത്രേള്ള! എന്നിറ്റാമനേ! ഇനിക്കിതെന്നോട് അന്നേ പറഞ്ഞുടെനോ?

അത് ഞാൻ ശരിയാക്കിതരാ. അല്ലെങ്കില്യം അച്ചെക്കന് എളക്കം കൊറച്ച് കൂടുന്നുണ്ട്"

ഒന്ന് നിർത്തി ആലോചിച്ച ശേഷം വിജയൻ തുടർന്നു. "ഉണ്ണി നാളെ സ്കൂൾ വിട്ടിട്ട് വന്നിട്ട് ബയലിലിറങ്ങി, അതാ ആട നിക്കണം.കൂട കുഞ്ഞിക്കണ്ണനേം കൂട്ടിക്കോ. പറഞ്ഞാല് ഓൻ ബരും".

വിജയൻ കട്ട പൊട്ടിച്ചിട്ട വയലിന്റെ ഒരറ്റത്തേക്ക് ചൂണ്ടി പറഞ്ഞു. "ഞാനും എത്തും അപ്പോളേക്കും. ഞാനൊന്ന് പീടിയേ പോയിറ്റ് ബരുന്ന്. ഉണ്ണി പൊയ്ക്കോ"

വിജയൻ ധൃതിയിൽ നടന്നകന്നു.

8
തല്ല്

അടി വീണത് പെട്ടെന്നായിരുന്നു. തെല്ലും പ്രതീക്ഷിക്കാതെ. രണ്ടു ചെകിട്ടത്തും മാറി മാറി....

വിജയൻ അങ്ങനെ അടി പൊട്ടിക്കുമെന്ന് ഞാനും കുഞ്ഞിക്കണ്ണനും ഒട്ടും കരുതിയിരുന്നില്ല. പിന്നെ അടി കിട്ടും എന്ന് രാജനും.

വിജയന് അത്രയ്ക്ക് ദേഷ്യം വന്നു കാണും, അങ്ങനെ പറഞ്ഞത് കേട്ടപ്പോൾ.

തലേദിവസം വിജയൻ പറഞ്ഞതുപോലെ അവൻ വയലിൽ നിൽ ക്കുകയായിരുന്നു. ഒപ്പം കുഞ്ഞിക്കണ്ണനും. "ആ പെറ്ക്കി വെര്ന്ന്ണ്ട്.!" ദൂരെ നിന്ന് പീടികയിൽ പോയി തിരിച്ച വരുന്ന രാജനെ കണ്ട് കുഞ്ഞി ക്കണ്ണൻ പറഞ്ഞു.

ദൂരെ നിന്ന് തന്നെ മഞ്ഞപ്പല്ലുകൾ കാട്ടിയുള്ള പരിഹാസച്ചിരി കണ്ടു. കയ്യിൽ മീൻകൊട്ട തൂക്കിയിട്ടുണ്ട്. മറ്റേ കയ്യിൽ ചില പൊതികളും.

അകലെ വെച്ച് തന്നെ ഉറക്കെ വിളിക്കാൻ തുടങ്ങി. ചുണ്ടുകോട്ടി, ഒരു പ്രത്യേക ഈണത്തിൽ... താളത്തിൽ..

"ഐ കുട്ടൻ! ഐ കടച്ചി! ഉയിൽ ഒന്ന് നേരെ നടക്ക് കുട്ടാ"

അവന്റെ വായ്ത്താരി അടുത്തെത്തുമ്പോൾ അരിശം പതഞ്ഞു പൊങ്ങു കയായിരുന്നു അവനിൽ.

പെട്ടെന്നാണ് എങ്ങുനിന്നോ പൊട്ടി വീണത് പോലെ വിജയനെ ത്തിയത്. ഇത്ര പെട്ടെന്ന് എവിടെ നിന്ന് എത്തി വിജയൻ?

ഒരുപക്ഷേ തൈ തെങ്ങിന്റെ മറവിൽ നിൽക്കുകയായിരുന്നോ? അറിയില്ല.

വിജയൻ പാടവരമ്പത്തേക്ക് ഞങ്ങൾക്കരികിലേക്ക് വന്നു.

ഇളിച്ച കൊണ്ട് വായ്ത്താരി ഇടരുന്ന രാജനോട് വിജയൻ പറഞ്ഞു. "ഇന്നോട് ഞാൻ ഇന്നലേം ഇന്നും ഒക്കെ പറഞ്ഞതാ ഓനെ അങ്ങനെ വിളിക്കറ്റെന്ന്. ഓന് സ്കൂളിൽ എല്ലാരും വിളിക്ക്ന്ന ഒരു പേര്ണ്ട്. ഇഞ്ഞിയും അത് അന്നെ ബിളിച്ചാ മതി."

രാജൻ വിജയന്റെ നേരെ തിരിഞ്ഞ് ഒരു പ്രത്യേക രീതിയിൽ പരിഹസിച്ചു. "ബിളിച്ചാ ഞി എന്ന എന്താക്കും? എനീം അങ്ങന തന്നെ ബിളിക്കും. ഞി ആരാ ചോയ്ക്കാൻ?

തായെ മാത്തിലെ കഞ്ഞീം ബെള്ളം നക്കീറ്റ് ഞി എന്നോട് കൊരക്കാൻ ബരണ്ട."

അപ്പോഴാണ് അടി പൊട്ടിയത്. രണ്ടാമത്തെ അടി ചെവിട്ടത്ത് ശക്തിയിൽ വീണപ്പോൾ അവൻ നിലതെറ്റി വരമ്പത് നിന്ന് വയലിലെ മൺകട്ടകളിലേക്ക് തെറിച്ചവീണു. ഒപ്പം മത്തിക്കൊട്ടയിലെ മീനും കയ്യിലെ പലചരക്ക് പൊതികളും.

വിജയനെ പിടിച്ചമാറ്റാൻ അവനും കുഞ്ഞിക്കണ്ണനും പാട്ടുപെട്ടു.

"ചവിട്ടിറ്റ് ഇന്റെ കൊടല് ഞാൻ കലക്കും. ബെളച്ചിലിന് ഒര് കണക്ക്ണ്ട്.

വിജയൻ ദേഷ്യം കൊണ്ട് വിറക്കുകയായിരുന്നു. പെട്ടെന്നാണ് രാജന്റെ ഭാവം മാറിയത്. കരച്ചിലിന്റെ ഇടയില്ലൂടെ കൈ പൊക്കി രാജൻ പറഞ്ഞു. "അയ്യോ! അയ്യോ!ഇനി എന്ന തക്കല്ലേ. തക്കല്ലേ! ഞാൻ ഇനി ഓനെ അങ്ങനെ ബിളിക്കുല. ബിളിക്കുല.. "

കിതപ്പടക്കി വിജയൻ പറഞ്ഞു. "അങ്ങനെ ബൈക്ക് ബാടാ"

ചിതറി കിടക്കുന്ന മീനും സാധനങ്ങളും പെറുക്കി എടക്കാൻ നോക്കിയ കുഞ്ഞിക്കണ്ണനെ വിജയൻ തടഞ്ഞു. "മാണ്ട !എല്ലാം ഓൻ തന്നെ അങ്ങ് എടുത്തോളും"

പിന്നെ രാജന്റെ നേർക്ക് തിരിഞ്ഞ് വിജയൻ പറഞ്ഞു. "എല്ലാം ബാരിയെട്ത്തിറ്റ് സ്ഥലം ബിടെടാ ബേഗം."

മത്തിക്കൊട്ടയിൽ മീനും വാരിയിട്ട് പൊതികളും പിടിച്ച് തലതാഴ്ത്തി നടന്ന് പോകുന്ന രാജനോട് വിജയൻ താക്കീതിന്റെ സ്വരത്തിൽ പറഞ്ഞു.

"ഇനി ഇതാറ്റം ആരോടെങ്കിലും പറഞ്ഞാല്, പ്രശ്ളം ഇണ്ടാക്യാല് ഇന്റെ മറ്റേ രണ്ട് മൂന്ന് കാര്യങ്ങള് അത് ഞാൻ എല്ലാരോട്ടം പാടി നടക്കും. ശങ്കരൻ മാഷോട്ടം പറയും ഇന്റെ എല്ലാ കാര്യോം..."

അന്ന് അവിടെ അങ്ങിനെ

47

ഒന്നും മിണ്ടാതെ രാജൻ നടന്നുപോയി. ഷർട്ടിലും ട്രൗസറിലും വയലിലെ പൊടിമണ്ണ് പറ്റിയിട്ടുണ്ട്.

അപ്പോൾ തോന്നി വേണ്ടായിരുന്നു... ഒന്നും വേണ്ടായിരുന്നു.

അപ്പോഴും കിതപ്പാറിയിട്ടാല്ലാത്ത വിജയൻ പറഞ്ഞു. "ഓനാ തല്ല് ചോയ്ച്ച് വാങ്ങ്യതാ ! കൊട്ടക്കേണ്ടത് കൊട്ടക്കണ്ടേരം കൊട്ടക്കണം. പിന്നേക്ക് ബെക്കറ്. ഇനി ഓൻ നേര്യാവും. ഓനിനി ഉണ്ണീന എടങ്ങാ റാക്കുല"

"ഇങ്ങള് രണ്ടാളും വീട്ടില് പൊയ്ക്കോ. എനക്കൊന്ന് പീട്യേപ്പോണം."

ഒന്നും സംഭവിക്കാത്തത് പോലെ വയൽ വരമ്പത്ത് കൂടെ പീടിക യിലേക്ക് നടക്കുന്ന വിജയനെ അവർ നോക്കി നിന്നു.

ഒരു മഴ പെയ്ത് തോർന്നതുപോലെ അവന് തോന്നി. അപ്പോൾ കോണിക്കാലിലെ കോളാമ്പി ചെടികളുടെ പിറകിൽ നിന്ന് കുഞ്ഞേച്ചി കൈകാട്ടി അവനെ മാടിവിളിച്ചു.

വാർത്ത വീട്ടിലെത്തി കാണും. പള്ളിച്ചാത്തി ലീല ദൂരെക്കൂടെ പോകു ന്നുണ്ടായിരുന്നു.

അപ്പോൾ വല്യതും ചെറുതുമായ ഭൂകമ്പങ്ങൾ ഇനി വരാനിരിക്കുന്ന തേയുള്ളൂ.

കുഞ്ഞിക്കണ്ണനോട് നാളെ കാണാം എന്ന് പറഞ്ഞ് അവൻ വീട്ടി ലേക്ക് ചെന്നു.

ഉമ്മറത്ത് അമ്മയും കുഞ്ഞേച്ചിയും ഉണ്ട്. വല്യേച്ചി ഏതോ പുസ്തക വായനയിലാണ്.

"വയലിൽ എന്തായിരുന്നു അടീം പിടീം?" ചോദ്യം കുഞ്ഞേച്ചിയുടെ താണ്.

അപ്പോൾ എല്ലാവരും എല്ലാം അറിഞ്ഞിരിക്കുന്നു. അവൻ അമ്മയോട് പറഞ്ഞു. "ആ രാജൻ എന്ന ചെക്കൻ കുറെ ദിവസമായി എന്നെ ശല്യപ്പെടുത്തുന്ന്. പറഞ്ഞിറ്റ് കേൾക്കാഞ്ഞിറ്റ് വിജയൻ അവനിട്ട് രണ്ട് കൊടുത്തു. അത്രന്നെ..."

അമ്മയ്ക്ക് കാര്യം മനസ്സിലായി എന്ന് തോന്നി. അമ്മ അടുക്കളയി ലേക്ക് നടന്നു.

കുഞ്ഞേച്ചി കുറച്ച സമയം അവിടെത്തന്നെ ചുറ്റിപ്പറ്റി നിന്ന ശേഷം കയറിപ്പോയി. വിശദീകരണം തൃപ്തിയായ മട്ടില്ല.

കുളിയും നാമജപവും ഒക്കെ കഴിഞ്ഞ് പുസ്തകത്തിൽ മുഖം

 അന്ന് അവിടെ അങ്ങിനെ

പൂഴ്ഗിയിരിക്കെ മുറിക്കകത്തേക്ക് പോവുകയായിരുന്ന അച്ഛൻ ചോദിച്ചു.

"ഊം, എന്തിനാ വയലിൽ തല്ല്ണ്ടാക്കിയത്?" അവൻ മറുപടി പറഞ്ഞു. " ഞാൻ ആരെയും തച്ചില്ല. എന്നെ ശല്യം ചെയ്തതിന് ആ രാജൻ ചെക്കനെ വിജയൻ തച്ച അത്രേള്ളൂ. "

ഒന്നു കനത്തിൽ മൂളി അകത്തേക്ക് നടക്കവേ അച്ഛൻ പറഞ്ഞു. "അടീം പിടീം ഇണ്ടാക്കി നടക്കം. വല്ല പ്രശ്നവുമുണ്ടെങ്കിൽ മാഷോട് പറഞ്ഞാ പോരെ."

അച്ഛൻ മുറിയിലേക്ക് കയറിപ്പോയി.

എത്തി നോക്കിയ വല്യേച്ചിയും കുഞ്ഞേച്ചിയും തലകൾ വലിക്കുന്നത് കണ്ടു.

ഒന്നും സംഭവിക്കാത്തതിൽ നിരാശപ്പെട്ട് കാണും. അച്ഛൻ വന്നാൽ ചെറിയ ഒരു ഭൂകമ്പമെങ്കിലും പ്രതീക്ഷിച്ച കാണും.

അവന് എന്തെന്നില്ലാത്ത അസ്വസ്ഥത തോന്നി.

9

ഒരുമ

63ന്ന് മുത്തച്ഛന്റെ അടുത്തേക്ക് പോകാം. ഇന്ന് മുത്തച്ഛന്റെ അടുത്ത് പോയിട്ടേ ഇല്ലല്ലോ.

മുത്തച്ഛൻ ഉമ്മറത്ത് ഒരു മുറുക്കിനുള്ള വട്ടം കൂട്ടുകയാണ്.

"എന്താ കുഞ്ഞൂട്ടാ! ഇന്ന് പഠിത്തമൊക്കെ നേരത്തെ കഴിഞ്ഞോ?" മുത്തച്ഛൻ ചോദിച്ചു.

അവൻ വെറുതെ തലയാട്ടി. എന്നിട്ട് മുത്തച്ഛനെ അടക്ക ചുരണ്ടാനും തുമ്മാൻ ഇടിക്കാനും പിന്നെ ചുരണ്ടിയെടുത്ത തുമ്മാൻ ഉരുട്ടിയെടുക്കാനും സഹായിച്ചു.

തുമ്മാൻ വായിലിട്ട് മുത്തച്ഛൻ സ്നേഹത്തോടെഅവന്റെ കുറ്റിത്തലയിൽ തലോടി.

തല പിറകോട്ട് ചെരിച്ച് ഒരു പ്രത്യേക ശബ്ദമുണ്ടാക്കി മുത്തച്ഛൻ. വായിൽ മുറുക്കാൻ ഉള്ളപ്പോൾ എന്തെങ്കിലും പറയാൻ പോകുന്നു എന്നതിന്റെ സൂചനയാണത്.

"വികൃതി പിള്ളേരുമായിട്ട് കൂട്ടുകൂടാനൊന്നും കുഞ്ഞൂട്ടൻ പോകണ്ടാ ട്ടോ. ആരോടും തല്ലു കൂടാനും പോണ്ട. എന്തെങ്കിലും കാര്യമുണ്ടെങ്കിൽ മാഷോട് പറഞ്ഞാൽ മതി."

അപ്പോൾ മുത്തച്ഛനും അറിഞ്ഞിരിക്കുന്നു! മുത്തച്ഛൻ പറഞ്ഞതുകേട്ട് അവൻ തലകുലുക്കി.

കണ്ണുകളിൽ നനവ് പടരുന്നത് അവനറിഞ്ഞു. മനസ്സിലെ അസ്വസ്ഥത പതുക്കെ അകലുന്നതായും.

മുറ്റത്ത് നിറയെ പൂത്തു നിന്ന മുല്ലവള്ളികളിൽ നിന്നുള്ള സുഗന്ധം

　　　　അന്ന് അവിടെ അങ്ങിനെ

ഉമ്മറക്കോലായിൽ പരന്നു. പിറകെ പിച്ചക പൂക്കളുടെ മണവും പമ്മി പമ്മിയെത്തി അവിടെ പരന്നു നിന്നു.

പിറ്റേന്ന് കൂട്ടുകാർക്കൊപ്പം സ്കൂളിലേക്ക് നടക്കുമ്പോൾ കുഞ്ഞിക്കണ്ണൻ മുന്നിൽ തലയും കുനിച്ച് നടന്നുപോകുന്ന രാജനെ ചൂണ്ടിക്കാണിച്ച് പറഞ്ഞു. " ചെക്കൻ അടങ്ങിന്ന് തോന്ന്ന്. കിട്ടേണ്ടത് കിട്ട്യല്ലോ".

സ്കൂളിലെത്തിയപ്പോൾ രാജൻ മുഖം തരാതിരിക്കാൻ മനപ്പൂർവ്വം ശ്രമിക്കുന്നതായി തോന്നി. പിന്നീട് അവനും ആ വശത്തേക്ക് നോക്കിയില്ല.

നാലഞ്ച് ദിവസം അങ്ങനെ കഴിഞ്ഞു...

പരിഹാസം നിറഞ്ഞ പുച്ഛത്തോടെയുള്ള നോട്ടവും ചിരിയും കൂട്ടാ! കടച്ചി!വിളിയുമൊന്നും പിന്നെ ഉണ്ടായതേയില്ല. കാണമ്പോൾ മാറി നടക്കും. ഞങ്ങളുടെ കളി സെറ്റിൽ ചേരാനൊന്നും അവൻ വന്നില്ല. അല്ലെങ്കിലും മുൻപും അവൻ അങ്ങനെ ആയിരുന്നല്ലോ.

അങ്ങനെ വെള്ളിയാഴ്ചയെത്തി. ഉച്ചക്ക് കളിക്കാൻ കൂടുതൽ സമയം കിട്ടും. ഉപ്പുമാവ് കഴിച്ച് കഴിഞ്ഞാൽ ഒരുപാട് സമയം കളിക്കാൻ പറ്റും. ഉച്ചയ്ക്ക് ഞങ്ങളുടെ സെറ്റ് പതിവുപോലെ കളിക്കാൻ തുടങ്ങി.

അപ്പോൾ മെല്ലെ രാജൻ ഞങ്ങൾക്കരികിലേക്ക് വന്നു.

"എന്നോം കളിക്കാൻ കൂട്ടോ?"

അവൻ നാണുവിനോട് ചോദിക്കുന്നത് കേട്ടു. പക്ഷേ നാണു അവനെ തീരെ ഗൗനിച്ചില്ല.

" ഞാനിന്ന് കളിക്കാനില്ല. നിങ്ങൾ കളിച്ചോ".

അവൻ എല്ലാവരും കേൾക്കേ പറഞ്ഞു.

അത് കേട്ട് നാണവും കുഞ്ഞിക്കണ്ണനും ശ്രീധരനും ഒരുമിച്ച പറഞ്ഞു. "ഉണ്ണീല്ലെങ്കില് മ്മക്കം കളിക്കണ്ട..."

"ഞാനള്ള തോണ്ടായിരിക്കും ഉണ്ണി ഇല്ലാത്തെ. എന്നാ ഞാൻ കളിക്ക്ന്നില്ല."

അത് കേട്ട് രാജൻ പറഞ്ഞു.

പെട്ടെന്ന് എന്തോ ഒരു ഉൾവിളി ഉണ്ടായതുപോലെ അവൻ രാജന്റെ ചുമലിൽ തട്ടി പറഞ്ഞു.

"അതൊന്വല്ല. വാടാ ! നമുക്കെല്ലാവർക്കും കൂടെ ഒരുമിച്ച് തൊടാൻ പാച്ചില് കളിക്കാം. അത് കയ്ഞ്ഞിട്ട് കള്ളനും പോലീസും. പിന്നേം നേരംണ്ടെങ്കില് ഇട്ടിം കോലും."

അപ്പോൾ രാജന്റെ മുഖത്ത് മുമ്പെങ്ങും കണ്ടിട്ടില്ലാത്ത ഒരു ചിരി

പരന്നു. മഞ്ഞ പല്ലുകൾ മുഴുക്കെ കാട്ടി അവൻ ചിരിച്ചു.

പിന്നെ എല്ലാവരുമൊത്ത് തകർപ്പൻ കളിയായിരുന്നു. ബെല്ലടിക്ക
ന്നത് വരെ എല്ലാവരും തിമർത്തു കളിച്ചു. ശങ്കരൻ മാഷ് ജനലിൽ കൂടി
നോക്കി ചിരിക്കുന്നുണ്ടായിരുന്നു.

മനസ്സിൽ നിന്ന് ഒരു ഭാരം നീങ്ങിയതായും പകരം സന്തോഷവും
ആശ്വാസവും വന്നു നിറയുന്നതായും അവന് അനുഭവപ്പെട്ടു.

ഈ കാര്യങ്ങളൊക്കെ ഇന്ന് രാത്രി തന്നെ മുത്തച്ഛനോട് പറയണ
മെന്ന് അവനപ്പോൾ മനസ്സിലുറപ്പിച്ചു.

മുത്തച്ഛന് അപ്പോൾ സന്തോഷമാകും. ഇങ്ങനെയുള്ള കാര്യങ്ങളൊ
ക്കെ കേൾക്കുന്നത് മുത്തച്ഛന് വളരെ ഇഷ്ടമാണ്.

അന്ന് അവിടെ അങ്ങിനെ

10
ഗാനവീചികൾ.

വീട്ടിലെത്തി ചായ കഴിച്ചശേഷം കോണിക്കാലിലെ മാവിൻ കൊമ്പിൽ കയറിയിരുന്ന കുറെ നേരം.

അപ്പോൾ അമ്മയുടെ മടിയിൽ കയറിയിരിക്കുന്നത് പോലെ തോന്നി അവന്.

ഈ മാവിൻ കൊമ്പിലിരുന്ന് പലപല കാര്യങ്ങളും ആലോചിച്ചിരി ക്കാൻ നല്ല സുഖമാണ്. സമയം പോകുന്നത് അറിയുകയേയില്ല. മെല്ലെ ചില്ലകളിളക്കി മാവ് അവന്റെ ചിന്തകളെ ശരിവച്ചു.

സന്ധ്യ ആകാറായപ്പോൾ അവൻ വീട്ടിലെത്തി മേൽ കഴുകി.

അച്ഛമ്മ ഉമ്മറത്തിരിക്കുന്നുണ്ട്. അച്ഛമ്മയെ അവൻ വിഷ്ണുസഹസ്ര നാമം ചൊല്ലി കേൾപ്പിച്ചു.

ഇനി വിസ്തരിച്ചുള്ള ജപമാണ്. കുഞ്ഞേച്ചിയുണ്ടാകും.

ജപം കഴിഞ്ഞ് എഴുന്നേറ്റപ്പോൾ മുത്തച്ഛൻ ഉമ്മറക്കോലായിൽ ഇരുന്ന് എന്തോ ചിന്തയിലാണ്. അടുത്ത് ചെന്നിരുന്നപ്പോൾ എന്തോ ഓർമ്മ വന്നതുപോലെ മുത്തച്ഛൻ പറഞ്ഞു. "ഒരു കാര്യം പറയാൻ മറന്നു. നാളെ അമ്മ രാജാവിൻറ്റത്ത് വിഷ്ണ സഹസ്രനാമം ചൊല്ലാൻ പോകണമന്ന് പറഞ്ഞിട്ടുണ്ട്. നീയും വന്നോ. നാളെ സ്കൂളിൽ പോകണ്ട ല്ലോ. നേരത്തെ കിളിവള്ളി മുത്തച്ഛൻ വന്ന് പറഞ്ഞിരുന്നു."

അവന് സന്തോഷമായി. നാളെ ശനിയാഴ്ച സ്കൂൾ അവധിയാണ്. വൈകുന്നേരം മുത്തച്ഛനുമൊത്ത് അമ്മ രാജാവിന്റെ അടുത്ത് പോകാം.

അവന് സന്തോഷം തോന്നാനുള്ള പ്രധാന കാരണം ഇടവഴിയി ലൂടെ അങ്ങോട്ടുമിങ്ങോട്ടും മുത്തച്ഛനോടൊപ്പമുള്ള യാത്രയാണ്. കുറച്ച ദൂരം ഇടവഴിയിലൂടെ നടന്നുവേണം അവിടെയെത്താൻ. "ആ! പൂവ്വാം

മുത്തശ്ശാ !" അവൻ ആഹ്ലാദത്തോടെ പറഞ്ഞു.

വായിക്കാനുള്ള ഒരു പുസ്തകം എടുത്ത് അതിലേക്ക് മുഖം പൂഴ്ത്തിയ പ്പോഴാണ് വടക്കേ കോലായിൽ എന്തോ മൂളുന്നതുപോലെ ഒരു ശബ്ദം കേട്ടത്. പോയി നോക്കാം.

ഓ..! അതാണല്ലേ? വല്യേച്ചി ഉരലിൻമേൽ കയറിയിരുന്നു പാട്ട് മൂളുകയാണ്. ഇന്ന് പഞ്ചായത്ത് ഓഫീസിലെ റേഡിയോവിന് എന്തെ ങ്കിലും തകരാർ സംഭവിച്ച കാണും. ഈ സമയത്താണ് നിങ്ങൾ ആവശ്യപ്പെട്ട ചലച്ചിത്ര ഗാനങ്ങൾ എന്നും ഒഴുകിയെത്തുന്നത്.

അന്ന് അവിടെ അങ്ങിനെ

ഇന്ന് റേഡിയോ പാട്ടുകൾ കേൾക്കാത്തതിനാൽ വല്യേച്ചി സ്വയം പാട്ടും മൂളി രസിക്കുകയാണ്.

ഇവിടെ വാതിലിന് പിറകിൽ മറഞ്ഞു നിന്ന് അല്പം കേൾക്കാം. ഇരുട്ടായതിനാൽ കാണില്ല.കുളികഴിഞ്ഞ് നീണ്ട തലമുടി വിടർത്തി യിട്ടിട്ടുണ്ട് വല്യേച്ചി. വിരലുകൾ പേനെടുക്കുന്നത് മാതിരി തലയിൽ തിരുപ്പിടിക്കുന്നുണ്ട്. എല്ലാം മറന്ന് പാട്ട് മൂളകയാണ്. ഉരലിൻമേൽ നിന്ന് ഉരുണ്ടുപിരണ്ട താഴെ വീഴാതിരുന്നാൽ കൊള്ളാം.

ഓ... ഏറ്റവും വലിയ ഇഷ്ടഗാനമാണല്ലോ തട്ടി മൂളിക്കുന്നത്.

"നിദ്ര തൻനീരാഴി നീന്തിക്കടന്നപ്പോൾ സ്വപ്നത്തിൻ കളിയോടം കിട്ടി.

കളിയോടം മെല്ലെ തുഴഞ്ഞു ഞാൻ

മറ്റാരും കാണാത്ത കരയിൽ ചെന്നെത്തി...

കാണാത്ത കരയിൽ ചെന്നെത്തി...

വെള്ളാരം കല്ല് പെറുക്കി ഞാൻ നല്ലൊരു

വെണ്ണക്കൽ കൊട്ടാരം കെട്ടി... ഏഴ് നിലയുള്ള വെൺമാടക്കെട്ടിൽ ഞാൻ

വേഴാമ്പൽ പോലെയിരുന്നു... രാജകുമാരനെ കാണാൻ...

ഓഹോ !ഏഴ് നിലകളുള്ള വെൺമാട കെട്ടിലല്ല ഇപ്പോൾ ഉരലിൻ മേലാണ് ഇരിപ്പ് എന്ന് മാത്രം.

ദാ.. വരുന്നു അടുത്ത ഇഷ്ടഗാനം.

"കടവത്ത് തോണി അടുത്തപ്പോൾ പെണ്ണിന്റെ കവിളത്ത് മഴവി ല്ലിൻ നിഴലാട്ടം. കവിളത്ത് മഴവില്ലിൻ നിഴലാട്ടം...

അപ്പോൾ ഇനി അടുത്ത ഗാനം

"ഒരു കൊച്ച് സ്വപ്നത്തിൻ ചിറകുമായവിട്ടത്തെ അരികിൽ ഞാൻ ഇപ്പോൾ വന്നെങ്കിൽ..." എന്നായിരിക്കും. ഇതൊക്കെ എപ്പോഴും കേൾ ക്കാറുള്ളതാണല്ലോ.

ഒന്ന് ചാടിപ്പോയി പിടിച്ച് കുലുക്കി രണ്ടോച്ച വച്ചാലോ? വേണ്ട ! പാടിക്കോട്ടെ...

അടുത്തെങ്ങാൻ എത്തിയാൽ "പോയിരുന്നു വല്ലതും പഠിച്ചുടെടാ?" എന്ന് ആക്രോശിക്കും. ഏതായാലും ഇപ്പോൾ വേണ്ട. നല്ല ഏതെങ്കിലും പുസ്തകം എടുത്ത് വായിച്ച കൊണ്ടിരിക്കാം. അതാണ് നല്ലത്.

11
അങ്ങിനെയും ഒരാൾ

ഉണർന്നപ്പോൾ നേരം നന്നായി വെളുത്തിരിക്കുന്നു. പെട്ടെന്നാണ് അവന് മുത്തച്ഛൻ ഇന്നലെ പറഞ്ഞ കാര്യം ഓർമ്മ വന്നത്. വൈകുന്നേരം അമ്മ രാജാവിന്റെ അടുത്തേക്ക് പോകേണ്ട കാര്യം.

അവന് നല്ല ഉന്മേഷം തോന്നി. പല്ലുതേപ്പും കാപ്പികുടിയും കഴിഞ്ഞ് അവൻ മുത്തച്ഛന്റെ അരികിലെത്തി. മുത്തച്ഛൻ ഒരു മുറുക്കൊക്കെ കഴിഞ്ഞുള്ള ഇരിപ്പാണ്.

" മുത്തശ്ശാ ! ഇന്ന് വൈകുന്നേരം അല്ലേ നമുക്ക് അമ്മ രാജാവിന്റെ അടുത്ത് പോവണ്ടത്. "

മുത്തച്ഛൻ മറുപടി ഒരു ചെറിയ ചിരിയില്ലും തലയാട്ടലിലും ഒതുക്കി.

പിന്നെ യുമ്മാനൊക്കെ യുപ്പിക്കളെഞ്ഞ് വായും മുഖവുമൊക്കെ കഴുകി വന്നിരുന്ന് പറഞ്ഞു. "നാല്യമണിയൊക്കെ കഴിഞ്ഞ് ഒന്ന് വെയിലാറിയിട്ട് പോകാം. അപ്പോഴേക്കും കിളിവള്ളിയും അവിടെയെത്തും. "

അത് അവന് അറിയാം മുത്തച്ഛനും കിളിവള്ളിമുത്തച്ഛനും പിന്നെ അവനും കൂടിയാണ് വിഷ്ണുസഹസ്രനാമം അമ്മ രാജാവിനെ ചൊല്ലി കേൾപ്പിച്ച കൊടുക്കുന്നത്.

"അതെന്താ മുത്തശ്ശാ അമ്മ രാജാവ് എന്ന് പറയുന്നത്? അമ്മ റാണി എന്നോ അമ്മ രാജ്ഞി എന്നോ അല്ലേ പറയേണ്ടത്?"

മുത്തച്ഛനോട് അവൻ സംശയം ചോദിച്ചു. മുത്തച്ഛനും ശരിക്ക് അതേപ്പറ്റി അറിയില്ല.

" എന്തോ എല്ലാവരും അങ്ങനെയാണ് അവരെ വിളിക്കുന്നത്. കുറച്ചൊന്ന് കിടക്കട്ടെ."

  അന്ന് അവിടെ അങ്ങിനെ

എന്ന് പറഞ്ഞ് മുത്തച്ഛൻ മെല്ലെ എഴുന്നേറ്റ് അകത്തേക്ക് പോയി.

ഇന്നലെ കിളിവള്ളി മുത്തച്ഛൻ വന്നപ്പോൾ ഇല്ലാതിരുന്നത് വലിയ കഷ്ടമായിപ്പോയി എന്ന് അവന് തോന്നി. കിളിവള്ളി മുത്തച്ഛൻ വന്നാൽ കുറെ സമയം കഴിഞ്ഞ് മാത്രമേ പോവുകയുള്ളൂ. കഥകൾ ,തമാശകൾ എല്ലാമായി ബഹുരസമായിരിക്കും.

മുത്തച്ഛന്റെ ഒപ്പം ഒരു മുറുക്കം പിന്നെ ചായ കുടിയും ഒക്കെ കഴിഞ്ഞേ പോകൂ.

ചിലപ്പോൾ ഉച്ചയ്ക്ക് മുന്നേ വന്നാൽ ഊണ് കഴിച്ചിട്ടേ പോകാറുള്ളൂ. ഊണു കഴിഞ്ഞ് ഉമ്മറക്കോലായിലെ മരക്കസേരയിൽ ചാരിയിരു ന്നു ഒന്നു മയങ്ങും. കിളിവള്ളി മുത്തച്ഛൻ ഉറങ്ങുന്നത് കാണാൻ നല്ല രസമാണ്. കണ്ണുകൾ തുറന്നാണ് ഉറങ്ങുക. മത്സ്യങ്ങൾ അങ്ങനെയാ ണത്രേ ഉറങ്ങുന്നത്. എന്തോ ആർക്കറിയാം!

കിളിവള്ളി മുത്തച്ഛന് നല്ല ആരോഗ്യവും കരുത്തുമാണ് എണ്ണമിനു പ്പാർന്ന ദേഹം. ഷർട്ട് ഇടാറില്ല. ഒരു വലിയ തോർത്ത് അല്ലെങ്കിൽ മുണ്ട് ഉടുക്കും. മറ്റൊരു തോർത്ത് കഴുത്തിൽ വളച്ചിടും. അത്രതന്നെ.

പിന്നെ മുണ്ടിന്റെ എളിയിൽ തിരുകിയ ഒരു ചെറിയ പൊടിക്കുപ്പിയും ഒരു പേന കത്തിയും ഉണ്ടാകും. ചിലപ്പോൾ പൊടിക്കുപ്പിയിൽ നിന്നും ഒരു നുള്ള് പൊടിയെടുത്ത് മൂക്കിൽ വലിച്ചുകയറ്റും. പിന്നെ ശക്തിയായി രണ്ടുമൂന്ന് തവണ ഇമ്മും.

കിളിവള്ളി മുത്തച്ഛന് ആരെങ്കിലും എന്തെങ്കിലും സ്നേഹം കൊണ്ടോ പ്രായമായില്ലേ എന്ന് കരുതിയോ വല്ലതും കൊടുത്താൽ ഒരിക്കലും അത് അവർ തന്നു എന്ന് പറയില്ല, "എട്ടണ അവിടന്ന് ഞാൻ അങ്ങോട്ട് പിടുങ്ങി " എന്നേ പറയൂ. എന്നിട്ട് കണ്ണുകൾ ഇറുക്കി ഒരു കൗശല ചിരിയും ചിരിക്കും.

പിന്നെ കിളിവള്ളി മുത്തച്ഛനെ കുറിച്ച് ചില വീരകഥകളും അവൻ കേട്ടിട്ടുണ്ട്. മുതിർന്നവർ പറഞ്ഞ് കേട്ടതാണ്.

ഒരു ദിവസം കിളിവള്ളി മുത്തച്ഛൻ വയൽ വരമ്പിലൂടെ നടന്നു വരുമ്പോൾ എതിരെ വന്ന മീൻ കൊട്ടകൾ മുള കൊണ്ടുള്ള ഇലാസ്തി ലാക്കി ചുമലിലേറ്റിയ ആൾ ശരിക്ക് വഴിമാറി കൊടുത്തില്ലെന്നോ മീൻ കൊട്ട ദേഹത്ത് തട്ടി എന്നോ കാരണത്താൽ ആ മുളയും മീൻ കൊട്ടകളുമടക്കം അയാളെ പിടിച്ച് ഒരു തിരിക്കൽ തിരിച്ച വയലിലെ ചെളിയിലേക്ക് തള്ളിയിട്ടു എന്നാണ് കഥ.

കഥ നടന്നത് തന്നെയാകും. കാരണം അത്രമാത്രം തന്റേടവും

ചങ്കുറ്റവും ദേഹബലവും ഉണ്ട് കിളിവള്ളി മുത്തച്ഛന്. ഇപ്പോഴും ആരോ ഗ്യത്തിന് യാതൊരു കുഴപ്പവുമില്ല. നീണ്ട് നിവർന്നാണ് നടത്തം.

അന്നൊരു ദിവസം അച്ഛൻ കിളിവള്ളി മുത്തച്ഛനെ കുറിച്ച് ഒരു തമാശ പറഞ്ഞു കേട്ടിരുന്നു. പീടികയിൽ പോയി വരികയായിരുന്ന കിളിവള്ളി മുത്തച്ഛന്റെ കയ്യിൽ സിഗററ്റിന്റെ ഒരു പാക്കറ്റ് ഉണ്ടായിരുന്നു.

" അല്ല ! ഇതും തുടങ്ങിയോ? "

അച്ഛൻ ചോദിച്ചത്രേ. അപ്പോൾ കിളിവള്ളി മുത്തച്ഛന്റെ മറുപടി യാണ് ജോറായത്.

" എനിക്കല്ല. മകനുവേണ്ടിയാണ്. അവന് ചിലപ്പോൾ ഒരു ചുമയും കഫത്തിന്റെ ശല്യവും. ഇത് ഓരോന്ന് വലിച്ചാൽ നല്ല ആശ്വാസം ഉണ്ടെന്നാണ് അവൻ പറയുന്നത്. "

മകന് വലിക്കാൻ സിഗററ്റ് വാങ്ങിക്കൊണ്ടുപോകുന്ന അച്ഛൻ!!.

ഒരു കാര്യം മറന്നു. നല്ല ഒരു വടി ചെമ്പരത്തി മുറിച്ച് ചെത്തി ഉണ്ടാ ക്കണം. പോകുമ്പോൾ അതും കരുതണം. വെറുതെ ഒരു രസത്തിന്...

ഇടവഴിക്ക് ഇരുവശത്തും ഉള്ള ഇലകളെയും കാട്ടുചെടികളെയും തുമ്പികളെയും ഒക്കെ തല്ലിത്തമർത്ത് അങ്ങനെ പോകണം.

നേരെയുള്ള ഒട്ടും വളവില്ലാത്ത ഒരു ചെമ്പരത്തിയുടെ കൊമ്പു മുറിച്ച് തൊലിയൊക്കെ ചെത്തി കളഞ്ഞ് ചെത്തിവൃത്തിയാക്കി എടുക്കണം. വെയിലത്ത് ഉണക്കണം.

സ്കൂളിലേക്ക് മാഷന്മാർക്ക് കൊണ്ട് കൊടുക്കുന്നതും ചെമ്പരത്തിയുടെ വണ്ണം കുറഞ്ഞ വടികളാണ്. കുട്ടികൾ വല്ല കുരുത്തക്കേടും ഒപ്പിച്ചാൽ ഗോപാലൻ മാഷൊക്കെ തല്ലുന്നത് ചെമ്പരത്തി വടി കൊണ്ടാണ്. ചിലപ്പോൾ അവൻ സ്കൂളിലേക്ക് അത്തരം വടികൾ കൊണ്ടുപോയി കൊടുക്കാറുണ്ട്.

     അന്ന് അവിടെ അങ്ങനെ

12
ദക്ഷിണ

ഉച്ചയൂണിന് ശേഷമുള്ള ഉറക്കം കഴിഞ്ഞ് മുറുക്കാൻ തുടങ്ങിയ മുത്ത ച്ഛനോട് അവൻ ചോദിച്ചു.

" മുത്തശ്ശാ , പോകാറായോ? "

"ആ ! കുറച്ചുകഴിഞ്ഞ് ഒരു ചായയും കഴിച്ച് ഇറങ്ങാം.

വിസ്തരിച്ച് കാപ്പിയൊക്കെ അവിടെ നിന്ന് കഴിക്കാം. അപ്പോഴേക്കും വെയിലൊന്നാറട്ടെ."

മുത്തശ്ശൻ പറഞ്ഞു.

കുറച്ച കഴിഞ്ഞപ്പോൾ അമ്മ ചായയുണ്ടാക്കി തന്നു. മുത്തച്ഛൻ സാധാരണ ഉടുക്കാറുള്ള തോർത്തുമുണ്ട് ഒക്കെ മാറി വന്നു.

പുറത്തേക്ക് പോകുമ്പോൾ വലിയ മുണ്ടും ഷർട്ടം ആണ് വേഷം. ചുമലിൽ ഒരു വേഷ്ടിയും ഉണ്ടാകും.

അവനും ട്രൗസറും ഷർട്ടും മാറ്റി.

മുത്തശ്ശന്റെ പിറകെ ഇറങ്ങുമ്പോൾ വെയിലത്ത് നേരത്തെ ചെത്തി ഉണങ്ങാൻ ഇട്ടിരുന്ന ചെമ്പരത്തി വടി എടുക്കാൻ അവൻ മറന്നില്ല. എന്തിനാണ് വടി എന്ന് മുത്തശ്ശൻ ചോദിച്ചില്ല. മുത്തച്ഛന് അവന്റെ കളിയൊക്കെ നന്നായി അറിയാം. ഇതിന് മുമ്പും പലതവണ പോയി ട്ടുള്ളതാണല്ലോ.

മുത്തച്ഛനോടൊപ്പം ഇടവഴിയിലെ കുളിർമയിലൂടെ നടന്നു. ഇടയ്ക്കിടെ ഇളം കാറ്റ് വന്നു തട്ടുമ്പോൾ നല്ല സുഖം. അവന് ആവേശം കയറി.

ഇടവഴിയുടെ ഇരുവശങ്ങളിലുമുള്ള പടർപ്പുകളിലും കാട്ടുചെടികളി ലും ഒക്കെ അവൻ സമർത്ഥമായി വടിവീശി. ഇമ്പികളും മറ്റ പ്രാണിക ളുമൊക്കെ പ്രാണരക്ഷാർത്ഥം പറന്നകന്നു.

" വെറുതെ തുള്ളിച്ചാടി വിയർക്കണ്ട. വേണമെങ്കിൽ തിരിച്ച
വരുമ്പോൾ അങ്ങനെയൊക്കെ കളിക്കാം. "

മുത്തച്ഛൻ പറഞ്ഞു.

ഈ വടി പ്രയോഗം തമ്പാനേട്ടനിൽ നിന്നും കിട്ടിയതാണ്. അച്ഛന്റെ
മരുമകനാണ് തമ്പാനേട്ടൻ. സ്കൂളിൽ പഠിക്കാൻ കുറെ നാൾ ഇവി
ടെയുണ്ടായിരുന്നു. കയ്യിൽ എപ്പോഴും ഒരു നീളമുള്ള വടി ഉണ്ടാകും.
എന്തൊക്കെ സാഹസങ്ങളാണ് അതിനെ കൊണ്ട് ഒപ്പിക്കുക എന്ന്
പറയാൻ പറ്റില്ല. അന്നൊക്കെ തമ്പാനേട്ടന്റെ വാലിൽ തൂങ്ങി ഏത്
കാര്യത്തിനും അവനും പിറകിൽ ഉണ്ടാകും.

മുത്തച്ഛൻ വഴിയിൽ കാണുന്നവരോടൊക്കെ ചിരിച്ച് ഒന്ന് രണ്ട്
കുശലങ്ങൾ പറയുന്നുണ്ട്. മൂന്നാലു വളവുകളും തിരിവുകളും ഒക്കെ
കഴിഞ്ഞാണ് അമ്മ രാജാവിന്റെ കൊട്ടാരത്തിലെത്തുക.

കൊട്ടാരം ഒന്നുമല്ല സാമാന്യം വലിയ ഒരു വീട്. അത്രതന്നെ.

മുത്തച്ഛൻ പതുക്കെ മാത്രമേ നടക്കൂ. കാട്ടം പടർപ്പും ഒക്കെ തല്ലിത്ത
കർത്ത് അവൻ കുറച്ച മുന്നിൽ നടക്കും. വിചാരിച്ചതിലും വേഗം അമ്മ
രാജാവിന്റെ അടുത്തെത്തി. അമ്മ രാജാവും കിളിവള്ളി മുത്തശ്ശനും
വർത്തമാനം പറഞ്ഞുകൊണ്ട് ഉമ്മറത്ത് തന്നെ ഇരിപ്പുണ്ട്. അമ്മ
രാജാവ് കൈകൂപ്പി തൊഴുത് ചിരിച്ചുകൊണ്ട് മുത്തച്ഛനെ എതിരേറ്റു.

എന്നെ നോക്കി. "ഉണ്ണിക്ക് ഇന്ന് സ്കൂൾ ഒഴിവാണല്ലോ " എന്ന്
വാത്സല്യത്തോടെ ചോദിച്ചു.

"ഉണ്ണിയേയും കൂട്ടണമെന്ന് ഞാൻ പ്രത്യേകം പറഞ്ഞിരുന്നു. "

മുത്തച്ഛനോട് അവർ പറഞ്ഞു. കസേരയിൽ ചാരി ഇരിക്കുകയായി
രുന്ന കിളിവള്ളി മുത്തച്ഛൻ പറഞ്ഞു . "

ഞാൻ കുറച്ച നേരത്തെ എത്തി."

കുറച്ചുനേരം വിശ്രമിച്ച ശേഷം മുത്തച്ഛൻ ചോദിച്ചു. "എന്നാ തുടങ്ങാ
അല്ലേ? "

പൂജാമുറിയിൽ നിലവിളക്ക് കൊളുത്തിയിട്ടുണ്ട്. അതിന് തൊട്ടുമു
ന്നിലെ വിശാലമായ മുറിയിൽ നിലത്ത് പുൽപ്പായകൾ വിരിച്ചിട്ടുണ്ട്.
അതിൽ ഇരുന്നാണ് സഹസ്രനാമജപം.

കാലും മുഖവും കഴുകി ശുദ്ധിയായി വന്നശേഷം പുൽപ്പായയിൽ ചമ്രം
പടിഞ്ഞിരുന്നു. അമ്മ രാജാവ് കുറച്ച് അകലെ ഒരു പുൽപ്പായിൽ കാലും
നീട്ടി ധ്യാനിച്ചിരിപ്പുണ്ട്. തൊഴുതു പ്രാർത്ഥിച്ചു.

    അന്ന് അവിടെ അങ്ങിനെ

"ശുക്ലാംബരധരം വിഷ്ണും

ശശിവർണ്ണം ചതുർഭുജം . പ്രസന്നവദനം ധ്യായേത്

സർവ്വ വിഘ്നോപശാന്തയേ "

 കഴിഞ്ഞ് വിഷ്ണു സഹസ്രനാമജപത്തിലേക്ക് കടന്നു.

"ഓം നമോ ഭഗവതേ വാസുദേവായ !

ഓം വിശ്വം വിഷ്ണർ വഷട്ക്കാരോ

ഭൂതഭവ്യ ഭവത് പ്രഭ:

 ഭൂതകൃദ് ഭൂതഭൃദ് ഭാവോ

ഭൂതാത്മാ ഭൂത ഭാവന:

പുതാത്മാ പരമാത്മാച മുക്താനാം പരമാഗതി:

അവ്യയ: പുരുഷസ്സാക്ഷീ ക്ഷേത്രുജ്ഞോ ക്ഷര ഏവച എന്ന് തുടങ്ങി

ശഖ്ഭ്രനന്ദകീ ചക്രീ ശാർങ്ഗധന്വാ ഗദാധര: രഥാംഗപാണി

രക്ഷോഭ്യ: സർവ്വ പ്രഹരണായുധ : സർവ്വ പ്രഹരണായുധ :

 ഓം നമ ഇതി എന്ന് ചൊല്ലി

അവസാനിപ്പിച്ചു.

വീട്ടിലായിരുന്നെങ്കിൽ സർവ്വ പ്രഹരണായുധ : എന്ന് ചൊല്ലി അവസാനിപ്പിക്കുമ്പോൾ മുത്തച്ഛൻ കൈകൊണ്ട് പ്രഹരിക്കുന്നത് പോലെ ആംഗ്യം കാണിക്കുമായിരുന്നു. പക്ഷേ ഇവിടെ വച്ചായതിനാൽ അതൊന്നും ഉണ്ടായില്ല.

എഴുന്നേറ്റപ്പോഴേക്കും കാപ്പിയും ഉപ്പുമാവും കായ വറുത്തളും ഒക്കെ എത്തി. അത് അമ്മ രാജാവിന്റെ ഒരു പതിവാണ്. കാപ്പിയും പലഹാരവും ഒക്കെ തരിക എന്നത്.

കാപ്പി കുടി കഴിഞ്ഞപ്പോൾ അമ്മ രാജാവ് എല്ലാവർക്കും ദക്ഷിണ തന്നു.

മുത്തച്ഛനും കിളിവള്ളി മുത്തച്ഛനും പിന്നെ അവനും.

50 പൈസയുടെ രണ്ട് നാണയങ്ങളാണ് അവന് കിട്ടിയത്. എട്ട് അണ എന്നും പറയും.

അപ്പോൾ ഒരു രൂപ. നാണയങ്ങൾ അവൻ പോക്കറ്റിലിട്ടു.

അല്പനേരം കൂടി ഇരുന്നശേഷം അമ്മ രാജാവിനോട് യാത്ര പറഞ്ഞി റങ്ങി.

മുറ്റത്തുനിന്നും വയലിലേക്ക് ഇറങ്ങാനുള്ള പടവുകൾക്കരികെ

വെച്ചിരുന്ന വടികൾ അവൻ മറക്കാതെ കയ്യിൽ എടുത്തു.

കിളിവള്ളി മുത്തച്ഛൻ മറ്റൊരു വഴിയെ നടന്നുപോയി. മുത്തച്ഛൻ അവിടെ അടുത്തെങ്ങാനുമാണ് താമസം.

അവൻ മുത്തച്ഛനൊപ്പം ഇടവഴിയിലൂടെ നടന്നു. സന്ധ്യ ആകാറായതിനാൽ ഒട്ടുംതന്നെ വെയിലില്ല. വരുമ്പോൾ ഉള്ളതിനേക്കാൾ രസം തോന്നി നടക്കാൻ. ചെറിയ കാറ്റടിക്കുന്നുണ്ട്. ഇടയ്ക്കിടെ ഇരുവശങ്ങളിലുമുള്ള കാട്ടുചെടി പടർപ്പുകളെ തല്ലാൻ അവന്റെ കൈതരിച്ചു. പക്ഷേ മുത്തച്ഛൻ പറഞ്ഞു.

"കുഞ്ഞൂട്ടാ! വികൃതി കാണിക്കാതെ നടന്നോളണം. സന്ധ്യയായി. വല്ല പാമ്പോ തേളോ കാണും. സൂക്ഷിച്ച് നടക്ക്."

വീട്ടിലെത്തിയപ്പോൾ സന്ധ്യയായിരുന്നു. വിളക്ക് വെക്കാൻ നോക്കുന്ന കുഞ്ഞേച്ചി പറഞ്ഞു. "വേഗം മേൽ കഴുകി വാ! ജപിക്കേ ണ്ടേ?"

അവൻ പെട്ടെന്ന് മേൽ കഴുകി വന്നു.

അവർ ഒന്നിച്ചിരുന്ന് ജപിച്ചു. നാളെ ഞായറാഴ്ചയാണ്. പഠിക്കാ നൊക്കെ നാളെയും ഇഷ്ടം പോലെ സമയമുണ്ട്. അവൻ അടുക്കളയിൽ എത്തി അമ്മയോട് ചോദിച്ചു.

" അമ്മേ, നാളെ ചെകിടൻ ചാത്തു പണിക്ക വരുമോ?"

അമ്മയ്ക്ക് പക്ഷേ തീർച്ചയില്ല. രണ്ടുമൂന്നു തവണയായി വരാമെന്ന് പറഞ്ഞ് പറ്റിക്കുന്നു. കഴിഞ്ഞ പ്രാവശ്യം ദോശയൊക്കെ ആക്കി വെച്ചത് വെറുതെയായി. "നാളെ വന്നാൽ വന്നു. അത്രയേ പറയാൻ പറ്റൂ"

അമ്മ പറഞ്ഞു.

നാളെ ചാത്തു വരുമായിരിക്കും. ചാത്തു വരുന്നത് അവനു വലിയ താല്പര്യമുള്ള കാര്യമാണ്.

വിറകുപുരയും കുളിമുറിയും കക്കൂസും ഒക്കെ ഓല കെട്ടിമേയാനും മറ്റ് അല്ലറ ചില്ലറ പണികൾക്കും ഒക്കെയാണ് ചാത്തുവിനെ വിളിക്കുന്നത്.

ചെവി അല്പം കുറവാണ്. അതാണ് ചെകിടൻചാത്തു എന്ന് വിളി ക്കുന്നത്. പക്ഷേ നല്ല പണിക്കാരനാണ്. അച്ഛന് എന്ത് ജോലികൾ ചെയ്യാനും ചെകിടൻ ചാത്തു തന്നെ വേണം.

നാളെ ഞായറാഴ്ചയാണല്ലോ. സ്ക്കൾ അവധി. ചാത്തു വന്നാൽ ചാത്തു വിന്റെ പുറകെ കൂടാം. ഓരോ പണിയും എടുക്കുന്നത് നോക്കിയിരിക്കാം. ചായയും ചോറുമൊക്കെ കൊടുക്കാൻ ഉത്സാഹിക്കാം.

നാളെ ചാത്തു വരുമെന്ന് തന്നെ അവന്റെ മനസ്സു പറഞ്ഞു. പുസ്തകം നിവർത്തി വായിക്കാൻ ഇരുന്നെങ്കിലും അവന്റെ മനസ്സ് തെന്നി മാറി എങ്ങോട്ടൊക്കെയോ പോകുന്നതായി അവനറിഞ്ഞു.

വായനയിൽ ശ്രദ്ധിക്കാൻ പറ്റുന്നില്ല. ആരൊക്കെയോ മനസ്സിലേ ക്ക് കടന്നു വരുന്നു... വരട്ടെ.

അവർക്ക് പിന്നാലെ പോകാൻ അവൻ മനസ്സിനെ കെട്ടഴിച്ചു വിട്ടു. പാറിപ്പറന്ന് ചിന്തകൾ എവിടെയൊക്കെയോ ചെന്നെത്തുന്നതായി അവന് തോന്നി.

13
ചാത്തു

മുറുക്കാൻ കറപിടിച്ച പല്ലുകൾ മുഴുക്കെ കാട്ടി ചിരിച്ചുകൊണ്ട് ചാത്തു മനസ്സിലേക്ക് കയറി വന്നു. പിന്നെ കണ്ണടയൂരി മുഖം ഇടച്ച വരുന്ന അച്ഛൻ. പിറകെ ചിരിയമർത്തി വേലായുധേട്ടൻ.

ചാത്തു തന്നെ പ്രധാന കഥാപാത്രമായി നടന്ന ഒരു കാര്യമാണ്. കഥയല്ല. ഏകദേശം നാലഞ്ചു മാസങ്ങൾക്ക് മുമ്പ് നടന്ന കാര്യമാണ്.

ചാത്തുവിന് പണത്തിന് എന്നും ബുദ്ധിമുട്ടാണ്. ഓളം മൂന്നാലു കുട്ട്യോളും പണിക്ക പോയി കിട്ടുന്ന കൂലി കൊണ്ട് ഒന്നിനും തികയു ന്നുണ്ടാവില്ല.

അച്ഛനോട് ചാത്തു എപ്പോഴും പണം കടം വാങ്ങും. വൈകുന്നേരം ചിലപ്പോൾ തലയും ചൊറിഞ്ഞ് ഒരു വരവും പ്രത്യേക ഭാവത്തിൽ ഒരു നിൽപ്പുമുണ്ട്. അത് കണ്ടാൽ അറിയാം കടം മേടിക്കാൻ വന്നതാണെ ന്ന്.

അച്ഛൻ പണം കൊട്ടക്കുകയും ചെയ്യും. അത് ചാത്തു തിരിച്ച് തരാ റൊന്നുമില്ല. പണിയെടുത്ത് കഴിഞ്ഞ് അത് കൂലിയിൽ തീർക്കുകയാണ് പതിവ്. ചിലപ്പോൾ ഒന്നും അങ്ങനെ ചെയ്യാറുമില്ല.

നന്നായി പണിയെടുക്കുന്നത് കൊണ്ട് അച്ഛൻ ചാത്തുവിനോട് പണം തിരിച്ച ചോദിക്കാറില്ല.

പക്ഷേ ചാത്തു പലപ്പോഴും പണിക്ക വരാതെ മുങ്ങി നടക്കും. പറഞ്ഞ ദിവസം ഒന്നും പണിക്ക് വരില്ല. കൂടുതൽ പണം കൈപ്പറ്റിയി ട്ടുണ്ടെങ്കിൽ പിന്നെ പറയാനുമില്ല. നിരവധി തവണ ആളെ വിട്ടു വരാൻ പറഞ്ഞാലും നാളെ വരാം മറ്റന്നാൾ വരാം എന്ന് പറയുകയല്ലാതെ വരില്ല.

 അന്ന് അവിടെ അങ്ങിനെ

മറ്റ ചില വീട്ടുകളിൽ പണിത്തിരക്ക് ഉള്ളതുകൊണ്ടാവാം. അവിട ങ്ങളിൽ നിന്ന് കൂലി കിട്ടിയാലല്ലേ കുടുംബം പുലർത്താൻ പറ്റ.

അങ്ങനെ ഒരു തവണ കുറെ പണം അച്ഛന്റെ കയ്യിൽ നിന്ന് ചാത്തു കൈപ്പറ്റിയ സമയമായിരുന്നു.

വരാം വരാം എന്നു പറയുന്നതല്ലാതെ പണിക്ക് വരുന്നതേയില്ല. അമ്മ കുറെ തവണ ചായയും പലഹാരങ്ങളും ഒക്കെ കരുതി. എല്ലാം വെറുതെയായി. അമ്മയ്ക്ക് ദേഷ്യവും മടുപ്പും വന്നു തുടങ്ങി.

വിറകുപുരയും കുളിമുറിയും കക്കൂസും ഒക്കെ ഓലകെട്ടി മേയാൻ വൈകിയത് കൊണ്ടുള്ള പ്രശ്നങ്ങൾ വേറെ.

ചാത്തുവിന്റെ ഭാഗത്ത് നിന്ന് ഒരു അനക്കവുമില്ല. നാളെ മറ്റന്നാൾ പല്ലവി ഇടരുന്നു എന്നമാത്രം. അച്ഛന്റെ ക്ഷമ നശിച്ചു...

അന്നൊരു ഞായറാഴ്ചയായിരുന്നു. അച്ഛൻ അതിരാവിലെ വേലാ യുധനെയും കൂട്ടി ചാത്തുവിന്റെ വീട്ടിലേക്ക് നടന്നു. വേലായുധേട്ടന് ചാത്തുവിന്റെ വീട് അറിയാം. വേലായുധേട്ടൻ തന്നെയാണ് വീട്ടിൽ ചെന്ന് പണിക്ക് വരാൻ പറയുന്നതും.

അവനും അവരുടെ കൂടെ പോകണമെന്ന് കലശലായ മോഹമുണ്ട്. പക്ഷേ ഒപ്പം പോകാൻ ഇറങ്ങിയാൽ അച്ഛൻ ദേഷ്യപ്പെടും എന്നത് തീർച്ച. അതിനാൽ ആരും അറിയാതെ അവൻ അവർക്ക് പിറകെ പോകാൻ തീരുമാനിച്ചു. വേഗം ഒരു ഷർട്ടും എടുത്തിട്ട് "അമ്മേ അരവിയുടെ കയ്യിൽ എന്റെ ഒരു പുസ്തകം ഉണ്ട്. അത് വാങ്ങി വരാം."

എന്നും പറഞ്ഞ് അവർക്ക് കുറെ പിറകെ വയൽ വരമ്പിലൂടെ അവനും വെച്ചുപിടിച്ചു.

അവരുടെ ശ്രദ്ധയിൽപ്പെടാതെ.

കുറച്ച നടന്ന് വയലിനരികെയുള്ള ഒരു ഓല കുടിലിന്റെ മുറ്റത്തേ ക്ക് അവർ രണ്ടുപേരും കയറി ചെല്ലുന്നത് അവൻ കണ്ടു. അപ്പോൾ അതാണ് ചാത്തുവിന്റെ വീട്. അവൻ ഒരു തൈ തെങ്ങിന്റെ മറവിൽ ഒളിച്ചുനിന്നു. നല്ല വണ്ണം ഉള്ള തൈ തെങ്ങാണ്. അവിടെ നിന്നാൽ ആരും കാണില്ല.

പക്ഷേ അവന് ചാത്തുവിന്റെ വീടിന്റെ മുറ്റത്ത് നടക്കുന്നതെല്ലാം കാണുകയും ചെയ്യാം.

അവൻ കണ്ണിമ ചിമ്മാതെ ചെവിവട്ടം പിടിച്ചുനിന്നു. എന്താണ് നടക്കാൻ പോകുന്നത് എന്നറിയണമല്ലോ.

ചാത്തുവിന്റെ ഭാര്യയായിരിക്കണം അച്ഛനെയും വേലായുധേട്ടനെയും

കണ്ട ഉടൻ കുടിലിന്റെ ഉള്ളിലേക്ക് കയറിപ്പോയി. ചാത്തുപണിക്ക് പോകുന്ന നേരം ആകുന്നതേയുള്ളൂ.

ഒരു പെൺകുട്ടി മുറ്റത്തിരുന്ന് ചട്ടി മോറുന്നുണ്ട്. മറ്റ മൂന്നു പിള്ളേർ എന്തോ കളിച്ചുകൊണ്ടിരിക്കുകയാണ്. അതിൽ ചെറിയ ഒന്ന് ഇടയ്ക്കിടെ ഉച്ചത്തിൽ വാശിപിടിച്ച കരയുന്നുമുണ്ട്. ചാത്തുവിന്റെ മക്കളായിരി ക്കണം.

കണ്ണം തിരുമ്മി ഒരു വിസ്ഫിച്ചിരിയും ജാള്യതയുമായി ചാത്തു പുരയിൽ നിന്നും മെല്ലെ ഇറങ്ങി വന്നു.

ഒരു കാവിമുണ്ട് മാത്രമാണ് വേഷം. തലയും താഴ്ത്തി അച്ഛന്റെ മുന്നിൽ നിൽക്കുകയാണ്. അച്ഛൻ ഉച്ചത്തിൽ കൈയൊക്കെ ചലിപ്പിച്ച് ചാത്തു വിനോട് എന്തൊക്കെയോ പറയുന്നുണ്ട്.

ശകാരമാണെന്ന് വ്യക്തം.

ചാത്തുവിന്റെ ഭാര്യ ഇടയ്ക്കിടെ കണ്ണ് ഇടച്ചുകൊണ്ട് ചാത്തുവിനെ നോക്കിയും മുറ്റത്ത് കളിക്കുന്ന കുട്ടികളെ ച്ണ്ടിയും അച്ഛനോട് എന്തൊ ക്കെയോ പറയുന്നുണ്ട്. അച്ഛൻ ശബ്ദമുയർത്തി സംസാരിക്കുന്നുണ്ട്. കുറച്ച് അകലെ ആയതിനാൽ ഒന്നും വ്യക്തമായി കേൾക്കാൻ പറ്റുന്നി ല്ല.കേൾവി കുറവായതിനാൽ ചാത്തുവിനും കേൾക്കാൻ കഴിയുന്നുണ്ടാ വില്ല.

മുറ്റത്തുള്ള ചെറിയ മരത്തിൽ കെട്ടിയ ഒരു ആടിനെ ച്ണ്ടി അച്ഛൻ വേലായുധേട്ടനോട് എന്തോ പറയുന്നുണ്ട്. പണിക്ക് വരാത്തതിനാൽ കടം വാങ്ങിയ പണം മുതലാക്കാനായി ആടിനെ അഴിച്ച കൊണ്ടുപോ കുമെന്ന് അച്ഛന്റെ ഭീഷണിയായിരിക്കാനാണ് സാധ്യത. വേലായുധേ ട്ടനും തലയാട്ടുന്നുണ്ട്.

അപ്പോൾ അവൻ പൊന്തിവന്ന ചിരി അമർത്തി. വലിയ മാഷായി എപ്പോഴും വളരെ വൃത്തിയിൽ ഗമയിൽ നടക്കുന്ന അച്ഛൻ ഒരു ആടിനെയും പിടിച്ച നിൽക്കുന്ന ചിത്രം അവന്റെ മനസ്സിൽ തെളിഞ്ഞു.

"ആടിനെ പോറ്റുന്ന അച്ഛൻ"

അവൻ പണിപ്പെട്ട് ചിരിയടക്കി .അപ്പോൾ തല താഴ്ത്തി നിൽക്കുക യായിരുന്ന ചാത്തു മെല്ലെ പുരക്കകത്തേക്ക് കയറിപ്പോയി. എന്തോ കയ്യിൽ ചുരട്ടിപ്പിടിച്ച് മുറ്റത്തേക്ക് ഇറങ്ങിവന്നു. പിന്നെ ഭവ്യതയോടെ ആ കൈ അച്ഛന് നേരെ നീട്ടി എന്തോ പറഞ്ഞു.

ചുരട്ടിപ്പിടിച്ച കുറച്ച നോട്ടുകളാണ് അതെന്ന് അവന് മനസ്സിലായി.

അച്ഛൻ ചാത്തുവിന്റെ ആ നീക്കം തീരെ പ്രതീക്ഷിച്ചിരുന്നില്ല എന്ന്

 അന്ന് അവിടെ അങ്ങിനെ

തോന്നി. അച്ഛൻ പെട്ടെന്ന് വല്ലാതായി കാണും.

ചാത്തുവിന്റെ കൈയിൽ നിന്നും അച്ഛൻ പണം വാങ്ങി. എന്നിട്ട് അച്ഛൻ ചാത്തുവിനോട് കൈനീട്ടാൻ പറയുന്നതാണ് കണ്ടത്. ചുരുട്ടിയ നോട്ടുകളെല്ലാം അച്ഛൻ ചാത്തുവിന്റെ കൈയിലേക്ക് തന്നെ വെച്ചുകൊ ടുത്തു. എന്നിട്ട് മുറ്റത്ത് കളിച്ചുകൊണ്ടിരിക്കുന്ന കുട്ടികളെ ചൂണ്ടി എന്തോ പറഞ്ഞു.

പണം വാങ്ങി ചാത്തു കണ്ണു തുടക്കുന്നത് കണ്ടു. അച്ഛനും കണ്ണട മാറ്റി കണ്ണും മുഖവും ഒക്കെ കൈപ്പത്തികൊണ്ട് ഒന്ന് അമർത്തിത്തുടച്ചു. അച്ഛന്റെ കണ്ണുകളിലും നനവ് പടർന്നിരിക്കാം.

അപ്പോൾ അവന്റെ കണ്ണുകളും ഈറനായി. കുപ്പായം ഉയർത്തി അവൻ കണ്ണുകൾ തുടച്ചു.

അച്ഛനും വേലായുധേട്ടനും ചാത്തുവിന്റെ മുറ്റത്ത് നിന്ന് വയലിലേക്ക് ഇറങ്ങി. പിന്നെ ഒരു നിമിഷംപോലും കളയാതെ അവൻ വീട്ടിലേക്ക് ഒറ്റപ്പാച്ചിലായിരുന്നു. അവർ തന്നെ കാണരുത്. അവർ മാത്രമല്ല മറ്റാരും. വീട്ടിലെത്തി. ഷർട്ട് ഊരി ഒരു പുസ്തകം എടുത്ത് നിവർത്തി ഒന്നും സംഭവിച്ചിട്ടില്ലാത്ത മട്ടിൽ അവൻ മേശക്കരികിൽ ഇരുന്നു.

ആ ചെറിയ ഓലപ്പുരയും ചാത്തുവിന്റെ തലതാഴ്ത്തിയ നിൽപ്പും ഓളം കുട്ടികളും ഒക്കെ അവന്റെ മനസ്സിൽ നിന്നും ഇറങ്ങിപ്പോകാതെ എവി ടെയൊക്കെയോ പതുങ്ങി നിന്നു. അവരെ പറഞ്ഞു വിടാൻ അവനും തോന്നിയില്ല.

കുളിയൊക്കെ കഴിഞ്ഞ് ചായ കഴിക്കാൻ വന്നിരുന്നപ്പോൾ അച്ഛൻ അമ്മയോട് പറയുന്നത് കേട്ടു "കുറച്ച മുഷിഞ്ഞ നോട്ടുകൾ ചുരുട്ടി കൊണ്ടുവന്നു തന്നു. പക്ഷേ എടുക്കാൻ തോന്നിയില്ല. മൂന്നാല് പിള്ളേര്, അസുഖം, മറ്റ് എന്തൊക്കെയോ പ്രാരബ്ധങ്ങളും. എന്തെങ്കിലും ആകട്ടെ വരുന്നെങ്കിൽ വരട്ടെ! അതിന്റെ കൂലിയും കൊടുത്തേക്കാം! തട്ടിക്കിഴിക്കാനൊന്നും നിൽക്കണ്ട."

പിറ്റേന്ന് രാവിലെ തന്നെ ചാത്തു പണിയെടുക്കാൻ എത്തി. മുറുക്കാൻ കറപിടിച്ച പല്ലുകൾ മുഴുവൻ കാട്ടിച്ചിരിച്ച് ഒന്നും സംഭവിച്ചി ട്ടില്ലാത്ത് പോലെ.

അച്ഛനും സന്തോഷമായി.

ചാത്തു അച്ഛന്റെ നിർദ്ദേശങ്ങൾ തലകുലുക്കി കേട്ടു. പിന്നെ പണിയിൽ മുഴുകി.

ചെവി കുറവായ ചാത്തു എങ്ങനെയാണാവോ അച്ഛന്റെ

നിർദ്ദേശങ്ങൾ ഒക്കെ മനസ്സിലാക്കുന്നത്? അച്ഛൻ സാധാരണ ഒച്ചയിൽ ചില ആംഗ്യങ്ങൾ ഒക്കെ കാട്ടിയാണ് പറയുന്നത്.

ചാത്തു അച്ഛന്റെ മുഖത്തേക്ക് തന്നെ നോക്കി തലയാട്ടും. ചുണ്ടുക ളുടെ ചലനം നോക്കി കാര്യങ്ങൾ പിടിച്ചെടുക്കുന്നതായിരിക്കാം.

ചാത്തുവിന് ഒരു 50 വയസ്സ് എങ്കിലും കാണുമായിരിക്കും എന്നാണ് അമ്മ പറഞ്ഞത്. നല്ല തീർച്ച പോരാ. ചാത്തേയ്ട്ടാ എന്നൊന്നും ഞങ്ങൾ ആരും വിളിക്കാറില്ല. അങ്ങനെ വിളിക്കാൻ എന്തോ ഒരു മടി! സങ്കോചം.

മുതിർന്നവർ ചാത്തു എന്ന് വിളിക്കുമ്പോൾ ഞങ്ങൾ കുട്ടികൾ ഒന്നും വിളിച്ചില്ല എന്നതാണ് നേര്.

ചാത്തുവിന് അവനെ വലിയ കാര്യമാണ്. പറയുന്ന സാധനങ്ങളൊ ക്കെ കൊണ്ടുചെന്നു കൊടുക്കുന്നതും ചായ ചോറ് എന്നിവ വിളമ്പിക്കൊ ടുക്കാൻ അമ്മയ്ക്കൊപ്പം നിൽക്കുന്നതും അവൻ ആയതുകൊണ്ടാവാം.

കഴിഞ്ഞതവണത്തെ പോലെ കുരുത്തോല കൊണ്ടുള്ള ഒരു പച്ച പ്പനന്തത്തയെ ഉണ്ടാക്കിത്തരാൻ ചാത്തുവിനോട് പറയാം.

ചാത്തു ആരോട്ടും അധികം സംസാരിക്കാറില്ല. കേൾവി കുറവു ള്ളതുകൊണ്ടാവാം. പണിയിൽ നല്ല ശ്രദ്ധയാണ്. വളരെ നന്നായി വേഗത്തിൽ പറഞ്ഞ പണികളൊക്കെ തീർക്കും. അറിയാത്ത ജോലികൾ ഇല്ല.

ഒരിക്കൽ അങ്ങാടിയിൽ വെച്ച് നല്ല സ്പീഡിൽ സൈക്കിൾ ഓടിച്ച പോകുന്നത് കണ്ടു. രാവിലെ പണിക്ക് വന്നാൽ ഷർട്ടും ബനിയനും അല്ലാത്ത ഒരു വരയൻ കുപ്പായം ഊരി വച്ച് പണിക്കിറങ്ങും. വല്ലപ്പോ ഴുമൊക്കെ ഒന്നു മുറുക്കും. ചിലപ്പോൾ ഒരു ബീഡി വലിക്കും. വായയില്ലൂടെ ഒലിച്ചിറങ്ങുന്ന മുറുക്കാൻ കൈകൊണ്ട് ഉടച്ചെടുത്ത് കൈലിമുണ്ടിൽ തന്നെ തേക്കുന്നത് കാണാം.

തലയിൽ ഒരു മുഷിഞ്ഞ തോർത്തുമുണ്ട് ചെവിയടച്ച് കെട്ടിയിട്ടുണ്ടാ കും. ഭക്ഷണം കഴിക്കുമ്പോൾ മാത്രമേ അത് അഴിക്കാറുള്ളൂ. അപ്പോൾ അതൊന്നു കുടഞ്ഞു തോളത്തിടും.

പണിക്ക് സഹായത്തിന് ആരും വേണ്ട ചത്തുവിന്.

എല്ലാം ഒറ്റയ്ക്ക് തന്നെ ചെയ്യുന്നതാണ് ചാത്തുവിനു ഇഷ്ടം. ചായയ്ക്കും ചോറിനും വിളിച്ചാൽ വന്നു കഴിക്കും. ഊണ് കഴിഞ്ഞാൽ വല്ല മരത്തിന്റെ തണലിലും ഇരുന്ന് അല്പം ഒന്ന് വിശ്രമിക്കും

അപ്പോഴാണ് അവൻ പതുക്കെ ചാത്തുവിന്റെ അടുത്ത് എത്തുക.

    അന്ന് അവിടെ അങ്ങിനെ

14

പിച്ചാത്തിയും പച്ചപനംതത്തയും

ചാത്തുവിന്റെ കയ്യിലുള്ള മൂർച്ചയുള്ള പിച്ചാത്തി അവൻ ശ്രദ്ധിക്കാറുണ്ട്. അത് എപ്പോഴും എളിയിൽ തിരുകിയിരിക്കും. കൈവിരലുകളെ പോലെ ചാത്തുവിന്റെ ഒരു പ്രധാന അവയവം തന്നെയാണ് ആ മടക്ക കത്തി എന്ന് തോന്നാറുണ്ട്. ഒരു മത്സ്യത്തിന്റെ ആകൃതിയാണ് ആ മടക്കകത്തിക്ക്. അത് സൂക്ഷിക്കാൻ ഇകലിന്റെ ഒരു ചെറിയ ഉറയുമുണ്ട്.

ചിലപ്പോഴൊക്കെ അവൻ ചാത്തുവിനോട് പിച്ചാത്തി ചോദിച്ച വാങ്ങും. കൗതുകത്തോടെ തൊട്ടും തലോടിയും നോക്കും.

പക്ഷേ അത് കൈകാര്യം ചെയ്യാൻ അവന് അനുവാദമില്ല. കാരണം കത്തിക്ക് നല്ല മൂർച്ചയാണ്. "സൂച്ചിക്കണം കൈ മുറീം. നല്ല മൂർശ്യാ ...."

കത്തി കയ്യിൽ തരുമ്പോഴൊക്കെ ഒരു താക്കീതിന്റെ സ്വരത്തിൽ ചാത്തു പറയും. അവൻ കത്തി സൂക്ഷ്മതയോടെ തിരിച്ചും മറിച്ചും നോക്കും. നല്ല കൊമ്പിന്റെ പിടി.നല്ല മൂർച്ചയുള്ള ആ കത്തികൊണ്ട് എന്തെങ്കില്ല മൊക്കെ മുറിച്ച നോക്കാൻ അവന് കൊതി തോന്നും. പക്ഷേ ചാത്തു സമ്മതിക്കാറില്ല.

ഒരുതവണ ചാത്തു ഒരു കമുകിന്റെ പാള മുറിക്കാൻ അവന് സമ്മതം നൽകി. പക്ഷേ അത് നല്ല രീതിയിൽ കൈകാര്യം ചെയ്യാൻ അവനായില്ല. ചാത്തു എത്ര അനായാസമായിട്ടാണ് അത് കൈകാര്യം ചെയ്യുന്നത് എന്ന് അവൻ അത്ഭുതപ്പെട്ടു.

ഊണകഴിഞ്ഞ് വിശ്രമിക്കുന്ന സമയത്താണ് അവൻ ചാത്തുവിനോട് തത്തയെ ഉണ്ടാക്കിത്തരാൻ പറയുന്നത്. അതിനൊന്നും അയാൾക്ക് യാതൊരു മടിയുമില്ല. ചാത്തു നല്ല മൂഡിലാണെങ്കിൽ അവൻ ചോദിക്കും. "നിക്കൊര തത്തേനെ ണ്ടാക്കി തര്വോ?" ചാത്തു തല കുലുക്കും.

എന്നിട്ട് പറമ്പിന് താഴെ വയൽ വരമ്പിനരികെയുള്ള തൈ തെങ്ങിൽ നിന്നം ആരെങ്കിലും വരുന്നുണ്ടോ എന്ന് ശ്രദ്ധിച്ചതിനുശേഷം കുറച്ച് കുരുത്തോലകൾ പെട്ടെന്ന് അരിഞ്ഞു കൊണ്ടുവരും. എന്നിട്ട് മരത്തിന്റെ തണലിൽ ഇരുന്ന് അല്പസമയം കൊണ്ട് നല്ല ഒരു പച്ചപ്പ നന്തത്തയെ ഉണ്ടാക്കിത്തരും.

കുരുത്തോല മുറിച്ച് മടക്കി ചാത്തു തത്തയെ ഉണ്ടാക്കുന്നത് അവൻ അത്ഭുതത്തോടെ നോക്കി നിൽക്കും. കുരുത്തോല വാടി ചുരുണ്ട പോകുന്നത് വരെ തത്തയെ കാണാൻ നല്ല ഭംഗിയായിരിക്കും. തത്തയെയും പ്രദർശിപ്പിച്ചുകൊണ്ട് അവൻ ഗമയിൽ എല്ലാവരുടെ മുന്നിലും വിലസും.

തത്തയുണ്ടാക്കാൻ മാത്രമല്ല എന്തിനും ഏതിനും ചാത്തുവിന്റെ പ്രധാന ആയുധം പിച്ചാത്തി തന്നെയാണ്.

     അന്ന് അവിടെ അങ്ങിനെ

ഓല കെട്ടിമേയാൻ ചൂടിയോ മറ്റ കയറുകളോ അല്ല ഉപയോഗി ക്കുന്നത്. കവുങ്ങിന്റെയോ മുളയുടെയോ വാരികൾ തമ്മിൽ ചേർത്തു കെട്ടാൻ മാത്രമാണ് ചൂടി ഉപയോഗിക്കുന്നത്.

കമുകിൻ പാള വെള്ളത്തിൽ കുതിർത്ത് നേർത്തതായി കീറിയെടു ത്ത് അയം കെട്ടാനായി ഉപയോഗിക്കും.

തെങ്ങിന്റെ പാണം കുതിർത്തെടുത്ത് കീറി കെട്ടാനായി എടുക്കും.

പക്ഷേ ഓലകെട്ടാനായി അധികവും ഉപയോഗിക്കുന്നത് തീയിൽ വാട്ടിയെടുത്ത് അറ്റം ചെത്തി കൂർപ്പിച്ച ഓലക്കണ്ണികൾ തന്നെയാണ്.

ഓലക്കണ്ണികൾ കയറായി കെട്ടാൻ തയ്യാറാക്കുന്നതിന് ചില ചിട്ടകൾ ഒക്കെയുണ്ട് ചാത്തുവിന്. അതൊക്കെ കണ്ടുനിൽക്കാൻ അവന് വലിയ ഇഷ്ടമാണ്.

ചൂടികൊണ്ട് തളയുണ്ടാക്കി ചാത്തു തെങ്ങിൽ കയറും. നല്ല മൂത്ത പച്ച ഓലകൾ കുറച്ചെണ്ണം കൊത്തിയിട്ടും. അതിനുശേഷം കഴിഞ്ഞ വർഷം കെട്ടിയ പഴയ ഓലകൾ

-- കരിച്ചോലകൾ എന്നാണ് അതിന് പറയുക --

കൂട്ടിയിട്ട് തീ കത്തിക്കും.

വെട്ടിയിട്ട പച്ച ഓലകൾ നന്നായി വാട്ടിയെടുക്കും. പച്ചോലകൾ വാട്ടിയെടുക്കുമ്പോൾ ഒരു പ്രത്യേക മണമുണ്ടാകും. അവനു വലിയ ഇഷ്ടമാണ് ആ മണം .

വാട്ടിയെടുത്ത ഓലക്കണ്ണികൾ മുറിച്ചെടുത്ത് അതിന്റെ അടിഭാഗം പിച്ചാത്തി കൊണ്ട് നല്ലപോലെ കൂർപ്പിച്ച് എടുക്കും. അതൊക്കെ ചെറിയ ചെറിയ കെട്ടുകൾ ആക്കി കെട്ടും. അതിൽ നിന്ന് ഓരോന്ന് എടുത്താണ് ഓലകൾ ചേർത്ത് കെട്ടാനായി ഉപയോഗിക്കുന്നത്.

ചുറ്റം ഓടിട്ട വീട്ടുകൾ കുറവാണ്. അധികവും ഓലമേഞ്ഞ വീട്ടുകളാണ്. ഓരോ വീട്ടുകളിലും കൊല്ലം തോറും നടക്കുന്ന പുരകെട്ട് ഒരു ചെറിയ ആഘോഷം തന്നെയാണ് വീട്ടുകാർക്കും അയൽവക്കക്കാർക്കും.

വാടകവീടാണെങ്കിലും അറ്റകുറ്റപ്പണികൾ ചെയ്യൽ, മറപ്പുര, കുളിമുറി കക്കൂസ് എന്നിവയൊക്കെ കെട്ടിമേയൽ എല്ലാം കൂലി കൊടുത്തു അച്ഛൻ തന്നെ ചെയ്യിക്കലാണ് പതിവ്.

വർഷത്തിലൊരിക്കൽ വീട് ആകെ ഒരു വെള്ള വീശല്യം ഉണ്ട് .

നീറ്റകക്കയും നീലവും ഒക്കെ കലക്കി വെള്ളനിറത്തിലുള്ള പെയിൻറ് അടിക്കൽ.

വീട് ഓടിട്ടതായതിനാൽ ഓലകൊണ്ടുള്ള പുരകെട്ട് വേണ്ട. പക്ഷേ മഴക്കാലമായാൽ ഓടിനിടയിലൂടെ ചിലയിടത്തൊക്കെ വെള്ളം വീഴും. അപ്പോൾ അച്ഛൻ പാള മുറിച്ചെടുത്ത് ഓട്ടകൾക്കിടയിൽ ഒക്കെ തിരുകി വെച്ച് കൊടുക്കും. അപ്പോൾ സഹായിയായി അവൻ അച്ഛന്റെ കൂടെ നിൽക്കും.

അപ്പോൾ ചാത്തു നാളെ വരും എന്ന് തന്നെ വിചാരിക്കാം.

ഭാഗ്യം എന്ന് കരുതാം. ഇനി രണ്ടു ദിവസം സ്കൂൾ അവധിയാണ്. "എന്താണ് വലിയ വായനയിൽ ആണല്ലോ? ഒന്നും കഴിക്കാൻ വേണ്ടേ?"

അമ്മയുടെ ശബ്ദമാണ് ചിന്തകളിൽ നിന്നും അവനെ പിടിച്ച് വലിച്ചത്. അമ്മ വലിയ വായനയിലാണ് എന്ന് തെറ്റിദ്ധരിച്ചിരി ക്കുകയാണ്.

മനസ്സ് നൂൽ പൊട്ടിയ പട്ടം മാതിരി പറന്നു നടക്കുകയായിരുന്നു. അവന് ചിരി വന്നു. ചാത്തു...

പിച്ചാത്തി ...

പച്ചപ്പനന്തത്ത... എന്തൊക്കെയായിരുന്നു ചിന്തകളിൽ..

അവൻ എഴുന്നേറ്റ് അടുക്കളയിലേക്കോടി.

15

അറിവുകൾ

രാവിലെ ഉറക്കമുണർന്ന് ധൃതിയിൽ പല്ലുതേപ്പും കാപ്പികുടിയും ഒക്കെ കഴിഞ്ഞ് കുറച്ചൊന്നു പഠിക്കാനിരുന്നു.

അമ്മ ചായയും പലഹാരവും കഴിക്കാൻ വിളിച്ചപ്പോൾ വേഗം ചെന്ന് കഴിക്കാനിരുന്നു.

അപ്പോൾ അമ്മ അടുക്കള ജാലകത്തിലൂടെ നോക്കിക്കൊണ്ട് പറയുന്നത് കേട്ടു. "ചാത്തു പണിക്ക് വരുന്നുണ്ട്. ഇന്ന് കാക്ക മലർന്നു പറക്കുമോ എന്തോ?"

അത് കേട്ടപ്പോൾ അവന് വലിയ സന്തോഷമായി. അല്ലെങ്കിലും ഇന്ന് ചാത്തു വരുമെന്ന് അവന് തോന്നിയിരുന്നു. സ്ക്കൂൾ ഇല്ലാത്തത് വളരെ നന്നായി.

കുപ്പായമൂരി ചുരട്ടി വെച്ച് പണിക്ക് തയ്യാറെടുക്കുന്ന ചാത്തു വെറ്റി ലക്കറപുരണ്ട പല്ലുകൾ കാട്ടി ചിരിച്ചു. "ഇതെന്താ ഓളി!ഷ്ക്കോളില്ലേ?"

അവൻ ഇല്ലെന്ന് തലയാട്ടി.

ചാത്തു പണി തുടങ്ങി. കരിയോലകൾ കെട്ടറുത്ത് ഒരു ഭാഗത്ത് അട്ടിയായി വെച്ചു.

കെട്ടി മേയുന്നിടത്തെല്ലാം ചിതലുകൾ തട്ടിക്കളഞ്ഞ് അടിച്ചു വൃത്തി യാക്കി ചിതൽ പൊടി വിതറി.

കേട്ടവന്ന വാരികൾ എല്ലാം മാറ്റി പുതിയവ ചേർത്തു കെട്ടി. എന്നിട്ട് തെങ്ങിൽ കയറി പച്ചോലകൾ വെട്ടിയിട്ട് വാട്ടിയെടുത്തു. ഓലകൾ ചേർത്ത് കെട്ടാനുള്ള നാരാണിത്.

മെടഞ്ഞു വെച്ചപുതിയ ഓലകൾ ചേർത്ത് കുളിപ്പുരയും വിറകുപുരയും

ഒക്കെ കെട്ടാൻ ഇടങ്ങി.

പണി ഇടങ്ങിയാൽ നല്ല വേഗതയാണ് ചത്തവിന്. ചായ കഴിച്ച് ഒന്ന മുറുക്കിയ ശേഷം വീണ്ടും പണിയിൽ മുഴുകി. ഒന്നര രണ്ട മണി ആയപ്പോൾ ഊണ് കഴിച്ചു. ഒരു ബീഡിയും വലിച്ച് മരത്തിന്റെ തണലിൽ ഇരുന്നപ്പോൾ അവൻ പതുക്കെ അടുത്തെത്തി.

ചാത്തു മുറുക്കാൻ കറപിടിച്ച പല്ലുകൾ കാട്ടിച്ചിരിച്ചു.

"ന്താ കുരുത്തോല തത്തനെ വേണോ? "

അവൻ വേണമെന്ന അർത്ഥത്തിൽ തലയാട്ടി.

ചാത്തു താഴെ വയലിൽ ഇറങ്ങിപ്പോയി കുറച്ച കുരുത്തോലകൾ മുറിച്ച കൊണ്ടുവന്നു. കുറഞ്ഞ സമയം കൊണ്ട് നല്ല ഭംഗിയുള്ള ഒരു പച്ചപ്പനന്തത്തയായി ആ കുരുത്തോലകൾ മാറ്റുന്ന അതിശയകരമായ കരവിരുത് അവൻ ആരാധനയോടെ നോക്കി നിന്നു.

അവൻ തത്തയെയും കൊണ്ട് സന്തോഷത്തോടെ നിൽക്കുന്നത് കണ്ട ചാത്തുവിന്റെ മുഖവും തെളിഞ്ഞു.

പിന്നീട് അവൻ ചാത്തന്റെ കയ്യിൽ നിന്ന് പിച്ചാത്തി വാങ്ങി നോക്കി. പഴയ വലുപ്പവും ഭംഗിയുമില്ല പിച്ചാത്തിക്ക്.

കുറച്ച് ചെറുതായതുപോലെ. ഇകലിന്റെ ഉറയും ഇല്ല. വിസ്മയ ത്തോടെ നോക്കിയ അവനോട് ചാത്തുപറഞ്ഞു. "കത്തീന്റെ അറ്റം പൊട്ടിപ്പോയി. കൊല്ലന്റെ അടുത്ത് കൊട്ടുത്ത നന്നാക്കിച്ചതാ. ശരി യായിട്ടില്ല. കുറച്ച ചെറുതായിട്ടുണ്ട്."

കത്തിക്ക പഴയ എടുപ്പില്ല, ചന്തവും.

അവന് വിഷമം തോന്നി.

അവന്റെ മുഖം കണ്ട് ചാത്തു പതുക്കെ പറഞ്ഞു. "എപ്പളും എന്തും ഒരേ പോലെ ഉണ്ടാകില്ലല്ലോ...മ്മളെ കാര്യ്യോം അങ്ങനത്തന്നെ. "

കാലം പരിക്കേൽപ്പിക്കാത്തതായി ഒന്നുമില്ല. കാലം മായ്ക്കാത്ത മുറിവുകളുമില്ല.

വായിച്ച കാര്യം... മനസ്സിലാകാത്ത കാര്യം..

ഇപ്പോൾ കുറച്ച മനസ്സിലായ കാര്യം.

പുതിയ പാഠങ്ങൾ...

പുതിയ അറിവുകൾ..

     അന്ന് അവിടെ അങ്ങിനെ

16
വ്യാകുലതകൾ

എത്രയോ നേരമായി ഉണർന്നു കിടക്കുന്നു. നേരം പുലർന്നോ എന്തോ?

കുറെ ദിവസങ്ങളായി കാഴ്ചകൾക്കൊക്കെ ഒരു മങ്ങലാണ്. കണ്ണുകൾ ചിമ്മി തുറന്ന് നോക്കിയാലും ഇറുകെ അടച്ച് തുറന്ന് നോക്കിയാലും തഥൈവ. കാഴ്ചകൾക്ക് ഒട്ടുംതന്നെ വ്യക്തതയില്ല. തിമിരം വന്നു മൂടുന്നതായിരിക്കാം. പ്രായം കൂടിക്കൂടി വരികയല്ലേ?

ഇപ്പോൾ വയസ്സ് എത്രയായി 85 ? 86 ? അതോ 88 കഴിഞ്ഞുവോ?

എന്തോ നല്ല നിശ്ചയം പോര. എത്രയെങ്കിലും ആകട്ടെ !

പുറത്തേക്ക് നോക്കിയാലും നേരം പുലർന്നോ എന്ന് അറിയുന്നില്ല. അല്ലെങ്കിലും നേരത്തെ എണീറ്റ് എന്ത് ചെയ്യാനാണ് ? പ്രത്യേകിച്ച് ഒന്നും ചെയ്യാനില്ല. ഭക്ഷണം കഴിക്കാം...

ഇടക്കൊന്നു മുറുക്കാം...

പിന്നെയും വിശ്രമിക്കാം...

ഭക്ഷണം കഴിക്കാം.. മുറുക്കാം.. വിശ്രമിക്കാം. അത്രതന്നെ.

കുഞ്ഞൂട്ടനാണ് ആകെയുള്ള ഒരാശ്വാസം. അവൻ ഇടയ്ക്കിടെ ഓടിവന്ന് അടുത്തിരിക്കും. ഓരോ കാര്യങ്ങൾ പറയും. ചിലപ്പോൾ കഥ പറഞ്ഞു കൊടുക്കാൻ പറയും.

"മുത്തശ്ശാ , ഒരു കഥ പറഞ്ഞു താ !

നല്ല ഒരു ഉശിരൻ കഥ. "

മഹാഭാരതത്തിലെയും രാമായണത്തിലെയും ഒക്കെ കഥകളാണ് അവന് ഇഷ്ടം. അതൊന്നും എത്ര തവണ കേട്ടാലും മതിയാവില്ല. വീണ്ടും

വീണ്ടും കേൾക്കണം. നിരവധി സംശയങ്ങളും പിറകെ വരും.

ഭീമനും അർജ്ജനനും ശ്രീരാമനും ലക്ഷ്മണനും ബാലിയും പിന്നെ ഹനുമാനുമൊക്കെ അവന് ഏറെ പ്രിയപ്പെട്ടവരാണ്.

ഓരോ കഥയും കേട്ട് കഴിഞ്ഞാൽ അവൻ പറ്റമെങ്കിൽ കഥാപാത്ര മായി മാറും. ഓട്ടവും ചാട്ടവും ഉള്ളല്ലും മറിയല്ലും ഒക്കെ ആയി ആകെ ബഹളമയമായിരിക്കും.

അതൊക്കെ കണ്ടിരിക്കമ്പോൾ സമയം പോകുന്നത് അറിയില്ല.

പക്ഷേ അവന് സ്കൂളിൽ പോകണമല്ലോ. പിന്നെ വൈകുന്നേരം കുറച്ച സമയം അടുത്തു വന്നിരുന്നെങ്കിലായി. അവനും അവന്റെതായ എന്തെല്ലാമോ തിരക്കുകൾ കാണും. എങ്കിലും അവൻ മാത്രമാണ് ആകെയുള്ള ഒരു ആശ്വാസമായി തോന്നുന്നത്.

മറ്റുള്ളവരെല്ലാം അവരവരുടെ മാത്രം ലോകത്താണ്. അവര ടെതായ തിരക്കുകളിൽ ആണ്. ഇവിടെ ഇങ്ങനെയൊരു ജീവന്റെ സാന്നിധ്യം പോലും ഓർക്കുന്നത് ഭക്ഷണത്തിന്റെ നേരത്ത്മാത്രമാണ്. അതെങ്കിലും കൃത്യമായി കിട്ടുന്നുണ്ടല്ലോ.

"ഈശ്വരോ രക്ഷതു ! ഈശ്വരാ ശരണം!"

"ഇനിയും എത്ര നാൾ ഇങ്ങനെ ? എന്തോ ? ആർക്കറിയാം."

അന്നൊരു ദിവസം കിളിവള്ളി പറഞ്ഞുപോലെ നമ്മുടെ ശീട്ടൊക്കെ കുറെ അടിയിലായിപ്പോയെന്ന് തോന്നുന്നു. ശരിയായിരി ക്കാം. ഒരുപക്ഷേ അത് തന്നെയായിരിക്കാം കാലന്റെ വരവിന് ഇത്രയും താമസം.

വേണമെങ്കിൽ കുറെ കഷ്ടപ്പെട്ട് യാത്ര ചെയ്ത ബസ്സിലും തീവണ്ടി യിലും ഒക്കെ കയറി ഇളയ മകന്റെ അടുത്തേക്ക് പോകാം. പക്ഷേ ഇപ്പോൾ പണ്ടത്തെ പോലെ അത്ര ധൈര്യം പോര. കാലിടറി തട്ടി തടഞ്ഞു എവിടെയെങ്കിലും വീണ് പോയാൽ പിന്നെ എഴുന്നേൽക്കില്ല. ഓർക്കുമ്പോൾ തന്നെ ഭയം തോന്നുന്നു.

പിന്നെ അവിടത്തെ അന്തരീക്ഷവുമായി ഒട്ടും പൊരുത്തപ്പെടാ നും ആവുന്നില്ല. അവനും സ്കൂൾ മാഷൊക്കെ തന്നെ. അടുത്തുള്ള ഒരു ചെറിയ സ്കൂളിലാണ് എന്ന് മാത്രം. വരവിന് അനുസരിച്ചുള്ള ചെലവ് അല്ല അവന്.സർവത്ര കടം. കിട്ടുന്നത് ഒന്നിനും തികയുന്നില്ല എന്ന് പരാതി എപ്പോഴും.

ഭാര്യയും മൂന്ന് കുട്ടികളും ഉള്ള ഒരു കുടുംബത്തിന് ഒരുവിധം കഴിഞ്ഞ കൂടാനുള്ള വരുമാനമൊക്കെയുണ്ട്. ശമ്പളത്തിന് പുറമേ പറമ്പിൽ നിന്ന്

അന്ന് അവിടെ അങ്ങിനെ

ചില്ലറ വരുമാനം ഒക്കെ കിട്ടും. പക്ഷേ ഒന്നും ഒന്നിനും തികയുന്നില്ല എന്ന പരാതി മാത്രം.

അതിൽ ഭേദം വാടകവീട്ടിൽ കിട്ടുന്നതുകൊണ്ട് സമാധാനമായി, സുഭിക്ഷമായി കഴിഞ്ഞുപോകുന്ന ഇവിട്ടത്തെ മൂത്ത മകന്റെ അടുത്ത് തന്നെ.

ഇവിട്ടത്തെ മൂത്തവൻ കഴിയുന്നതും ഇളയവനെ സഹായിക്കാറുണ്ട്. ഇവൻ തന്നെയാണ് അവനെ ഇവിടെ താമസിപ്പിച്ച് പഠിപ്പിച്ച് ട്രെയി നിങ്ങും കഴിപ്പിച്ച് മാഷ് ആവാനുള്ള യോഗ്യത ഉണ്ടാക്കിക്കൊടുത്തത്. ഇല്ലെങ്കിൽ മറ്റ മക്കളുടെ ഗതി അവനും വരുമായിരുന്നു.

രണ്ട് ആൺമക്കൾ വേറെയും ഉണ്ടായിരുന്നു. ഒരാൾ വളരെ നേരത്തെ പോയി. 36 വയസ്സ് തികയും മുമ്പേ അവൻ പോയി.

അവൻ ആദ്യമൊക്കെ നല്ല ആരോഗ്യവാൻ ആയിരുന്നു. ഒത്ത വണ്ണവും പൊക്കവും. പഠിപ്പിൽ അത്ര വലിയ കേമനൊന്നും ആയി രുന്നില്ല. എങ്കിലും മറ്റ ജോലികളിലെല്ലാം നല്ല സമർത്ഥനായിരുന്നു. ദേഹണ്ഡം പൂജകൾ എന്നിവക്കെല്ലാം പോയി ജീവിക്കാനുള്ള കാശു ണ്ടാക്കും. തിരുവനന്തപുരത്തായിരുന്നു അവൻ. ചെറുപ്പത്തിലെ ജോലി തേടി അങ്ങോട്ട് പോയി. പല ജോലികളും ചെയ്തു കഴിഞ്ഞു കൂടുകയായി രുന്നു. ഭാര്യയും മകനും ഉണ്ട്.

അങ്ങനെയിരിക്കെയാണ് ശക്തമായ ഒരു നടുവേദന വന്നു ജോലി ഒന്നും ചെയ്യാൻ പറ്റാതായത്. പലവിധ ചികിത്സകളും മാറിമാറി നോക്കിയിട്ടും ഒരു പ്രയോജനവുമുണ്ടായില്ല.

കുറച്ചുനാൾ ഇവിടെ വന്നു താമസിച്ചിരുന്നു. തമ്പാൻ അവനെ പല ഡോക്ടർമാരേയും കാണിച്ചിരുന്നു. അവരുടെ ചികിത്സകളിൽ നിന്ന് കാര്യമായ കുറവൊന്നും ലഭിച്ചില്ല. ഒടുവിൽ ഒരു പ്രഗൽഭ വൈദ്യരുടെ ചികിത്സയിലൂടെ നല്ല ഭേദം ഉണ്ടായിരുന്നു. പിന്നെ അതും ഫലിക്കാതെ ആയി.

പിന്നെ അവൻ നാട്ടിലേക്ക് തന്നെ തിരിച്ചപോയി. കഷ്ടപ്പാടിന്റെ നാളുകൾ. അസുഖം കൂടി വന്നു. അസുഖത്തിന് പുറമേ വെറുതെയിരി ക്കുമ്പോൾ ഉള്ള മന:പ്രയാസം, ഒറ്റപ്പെടൽ, എങ്ങുനിന്നൊക്കെയോ ആരിൽ നിന്നൊക്കെയോ ഉള്ള കുത്തു വാക്കുകൾ, അവഗണന, പരിഹാസം. അവനും മടുത്തു കാണും ജീവിതം തന്നെ.

ഒരു ദിവസം നിനച്ചിരിക്കാതെ... യാത്ര പറയാതെ...

ഇനി ഒരിക്കലും തിരിച്ച വരാൻ പറ്റാത്ത ലോകത്തേക്ക് അവൻ പോയി. ഒരു കണക്കിന് അത് നന്നായി. അവനും മറ്റുള്ളവർക്കും.

ഇനി മറ്റൊരുത്തൻ ഉള്ളതും തിരുവനന്തപുരത്തതന്നെ. അവനുള്ള
തും ഇല്ലാത്തതും ഒരുപോലെയാണ്. കുറച്ചനാൾ അവനൊപ്പം ഉണ്ടായി
രുന്നു. കഠിനമായ ജോലി ചെയ്യൂ ബേക്കറികൾക്കൊക്കെ മധുരപലഹാ
രങ്ങളും മറ്റ വറ പൊരികളും ഒക്കെ ഉണ്ടാക്കിക്കൊട്ടുക്കുകയാണ് ജോലി.
നല്ല ലാഭം കിട്ടുന്ന പണിയാണ്. പക്ഷേ അഹങ്കാരിയായ ഭാര്യയുടെ
അടിമയായി പോയി അവൻ. അവളുടെ ആദ്യ ഭർത്താവ് ഒരു മിലിട്ടറി
ക്കാരനില്ുണ്ടായ ഒരു ചെക്കനും ഉണ്ട്. അവനെയും സ്വന്തം മകനെ
പോലെ കരുതി പോറ്റി വളർത്തുന്നുണ്ട്. സകല ദുർഗ്ഗുണങ്ങളുടെയും
വിളനിലമായ ഒരു ചെക്കൻ....

      അന്ന് അവിടെ അങ്ങനെ

ചുരുക്കത്തിൽ നില തെറ്റിയ ആ പരതന്ത്രന്റെ കൂടെയുള്ള താമസ ത്തിൽ മനംമടുത്ത് നേരെ ഇങ്ങോട്ട് തന്നെ പോന്നു.

സന്താനങ്ങൾ ആയി 4 ആൺമക്കളും മൂന്ന് പെൺമക്കളും. പെൺമ ക്കളെ എല്ലാം യഥാസമയം എങ്ങനെയോ വേളികഴിപ്പിച്ച് അയക്കാൻ കഴിഞ്ഞു.

ഒന്നും വലിയ മെച്ചം ഒന്നുമില്ല. എങ്ങനെയൊക്കെയോ കഴിഞ്ഞു പോകുന്നുണ്ടെന്നാണ് തോന്നുന്നത്.

ചില മരുമക്കൾ ഒക്കെ ഇവിടെ തമ്പാനെ, അവരുടെ വലിയ മ്മാമനെ കാണാൻ ഇടക്കൊക്കെ വരാറുണ്ട്. വന്നാൽ രണ്ടു മൂന്നു ദിവസം ഒക്കെ നിന്ന് തിരിച്ച പോകും തിരിച്ചപോകുമ്പോൾ തമ്പാൻ വല്ലതുമൊക്കെ കീശയിലിട്ട്കൊടുക്കുന്നത് കാണാം... എന്തൊക്കെ ചെലവുകളാണ് അവന്.

ചെയ്യാൻ പറ്റുന്നതിന്റെ പരമാവധി അവൻ എല്ലാവർക്കും ചെയ്ത കൊടുക്കാറുണ്ട്. ഇവിടെ അവന്റെ ശമ്പളം മാത്രമാണ് ഏക വരുമാനം. എല്ലാം കാശു കൊടുത്തു തന്നെ വാങ്ങണം. അവന് യാതൊരുവിധ ദു:ശ്ശീലങ്ങളുമില്ലാത്തതിനാൽ അങ്ങനെ കഴിഞ്ഞു പോകുന്നു.

നാട്ടിൽ എല്ലാവർക്കും അവനെ വലിയ ആദരവും ബഹുമാനവും ആണ്.

അവന്റെയും ഭാര്യയുടെയും ലാളിത്യവും ചിട്ടയും നിറഞ്ഞ ജീവിതരീതി ഒന്നുകൊണ്ടുമാത്രമാണ് ഈ വാടകവീട്ടിൽ ഇത്രയും പേർ സുഖമായി സ്വസ്ഥമായി കഴിഞ്ഞുപോകുന്നത്.

അതിനിടയിൽ അനിയനും രണ്ടു മരുമക്കളും പിന്നെ നാട്ടിലെ ഒരു കുഞ്ഞനും ഇവിടെ താമസിച്ച് പഠിത്തം പൂർത്തിയാക്കി പോയിട്ടുണ്ട്.

തമ്പാൻ . അവനാണ് മൂത്തമകൻ.ഏറ്റവും മൂത്ത പെൺകുഞ്ഞിന് താഴെ പിറന്നവൻ. തടിച്ച വെളുത്ത നല്ല ഓമനക്കുട്ടൻ. ചെറിയ വിക്കൃതികൾ ഒക്കെ കാണിച്ച പട്ടകോണകം ഉടുത്തു നടക്കുന്ന അവന്റെ കുഞ്ഞുന്നാളത്തെ രൂപം ഇപ്പോഴും ഓർമ്മകളിലുണ്ട്.

പഠിക്കാൻ അവൻ മിടുക്കനായിരുന്നു. ശ്രീ പത്മനാഭസ്വാമി ക്ഷേ ത്രത്തിൽ മുറജപത്തിനു പോകുമ്പോൾ അവനെയും കൂടെ കൂട്ടാറുണ്ടാ യിരുന്നു.

എല്ലാവരും പറഞ്ഞു അവനെ നന്നായി പഠിപ്പിക്കണമെന്ന്.

എന്ത് കഷ്ടം സഹിച്ചും അവനെ പഠിപ്പിക്കണമെന്ന് ദൃഢനിശ്ചയം എടുത്തു. അവൻ ഒരു നിലയിൽ എത്തിയാൽ കഷ്ടപ്പാടുകൾക്ക് എല്ലാം പരിഹാരമാകും.

പട്ടാമ്പി സംസ്കൃത കോളേജിൽ അവനെ ചേർക്കാൻ കൊണ്ടുപോ
യപ്പോൾ വിവിധ മേഖലകളിൽ അഗാധ പാണ്ഡിത്യമുള്ള അവിട്ടത്തെ
പ്രധാന ഗുരുനാഥൻ ശ്രീ പുന്നശ്ശേരി നമ്പി നീലകണ്ഠശർമ്മ പറഞ്ഞു.
"ജ്യോതിഷം ഒന്നും വേണ്ട. സംസ്കൃതവും വേദാന്തവും വ്യാകരണവും
ഒക്കെ പഠിക്കട്ടെ! അധ്യാപനത്തിൽ ശോഭിക്കും."

ജ്യോതിഷത്തിലും ആഴത്തിലുള്ള അവഗാഹമുള്ള ആ പണ്ഡിതശ്രേ
ഷ്ഠനോട് മറ്റൊന്നും പറഞ്ഞില്ല.

"എല്ലാം അങ്ങയുടെ സമക്ഷം സമർപ്പിക്കുന്നു. വേണ്ടതുപോലെ
ശ്രദ്ധിച്ച് അനുഗ്രഹിക്കണം" എന്ന അപേക്ഷയോടെ അവനെ ചേർത്തു
തിരിച്ചു വന്നു.

പക്ഷേ പിന്നിട്ട നാലഞ്ച് വർഷങ്ങൾ ...

അവൻ കോളേജ് വിദ്യാഭ്യാസം പൂർത്തിയാക്കും വരെ മനസ്സ്
സ്വസ്ഥത എന്നത് അറിഞ്ഞിരുന്നില്ല.

അവന്റെ ഓരോ എഴുത്തും പോസ്റ്റുമാൻ കൊണ്ട് വരുമ്പോൾ
നെഞ്ചിടിപ്പേറും.

ഫീസ് അടക്കാനും പുസ്തകങ്ങൾ വാങ്ങാനും മറ്റ ചിലവുകൾക്കും
ആയി അവന് പണം അയക്കണം. അത് ആവശ്യപ്പെട്ടുകൊണ്ടുള്ള
തായിരിക്കും അവന്റെ എഴുത്തുകൾ.

അവന്റെ പഠിത്തം പൂർത്തിയാക്കാൻ എന്ത് സാഹസം ചെയ്യാനും
മടിയുണ്ടായിരുന്നില്ല. ആര് എന്ത് എതിർപ്പുകൾ പറഞ്ഞാലും
അതൊന്നും ഒട്ടും വക വെച്ചിരുന്നില്ല.

ഇല്ലത്ത് ചായിപ്പിലെയും പൂജാമുറിയിലെയും തട്ടിൻപുറങ്ങളിലെ
യും നിരവധി ചെമ്പിന്റെയും ഓടിന്റെയും പിച്ചളയുടെയും പാത്രങ്ങൾ
അപ്രത്യക്ഷങ്ങളായത് അങ്ങനെയാണ്. സഞ്ചിയിലും തോർത്തിലും
പൊതിഞ്ഞ് അവ കൊണ്ട് പോകും. അധികവും ആരും കാണാതെ.
ആരും അറിയാതെ. അറിഞ്ഞാൽ ചിലർ തടസ്സം പറഞ്ഞേക്കും.

ചിലപ്പോൾ കിട്ടിയ കാശിനു വിൽക്കും. അല്ലെങ്കിൽ തിരിച്ചെടുക്കാൻ
കഴിയില്ല എന്ന പൂർണ്ണ ബോധ്യത്തോടെ തന്നെ പണയം വയ്ക്കും.
അനേകം കച്ചവടക്കാർ പറ്റിച്ചു. തോൽപ്പിച്ചു. അവസരം നല്ലവണ്ണം
മുതലാക്കി. പക്ഷേ വേറെ രക്ഷയുണ്ടായിരുന്നില്ല.

തലമുറകൾക്ക് മുമ്പത്തെ പ്രതാപവും സമൃദ്ധിയും പറഞ്ഞിരുന്നിട്ട്
കാര്യമില്ല.കാര്യം നടക്കുക തന്നെ വേണ്ടേ. കുരുമുളക് വള്ളികൾ
നിറഞ്ഞ തോട്ടങ്ങളും പശുക്കളും എരുതുൻമാരും നിറഞ്ഞ കരക്കകളും

   അന്ന് അവിടെ അങ്ങിനെ

വയലുകളും ഒക്കെ അപ്രത്യക്ഷമായത് എത്ര പെട്ടെന്നായിരുന്നു. എങ്ങ നെയായിരുന്നു അതൊക്കെ...?

അന്ന് തീരെ ചെറുപ്പം ആയിരുന്നു. അവിശ്വസനീയത തോന്നാറുണ്ട് പിന്നീട് ആലോചിച്ച നോക്കുമ്പോൾ.

"പാദുക കല്ല പോലും പറിച്ച വിൽക്കും"

എന്നായിരുന്നു ഒരു ജ്യോത്സ്യന്റെ തന്നെക്കുറിച്ചുള്ള പ്രവചനം എന്ന് കേട്ടിട്ടുണ്ട്. അത് ശരിയാണെന്ന് തോന്നുന്നു.

ഒരിക്കലും ഒന്നും ജീവിതത്തിന്റെ പ്രസരിപ്പിനെ ബാധിച്ചിരുന്നില്ല. നാട്ട മധ്യസ്ഥങ്ങൾ, കേസുകൾ, ഒത്തുതീർപ്പുകൾ, വേദാധ്യയനം, തെറ്റാതെ പങ്കെടുത്ത മുറജപങ്ങൾ, ഓത്തുചൊല്ലൽ, വിഭവസമ്മദ്ധങ്ങ ളായ സദ്യകൾ, വയനാട്ടിലേക്കുള്ള യാത്രകൾ. ഒന്ന് നിന്ന് തിരിയാൻ പോലും സമയമില്ലായിരുന്നു അന്ന്. എല്ലാവർക്കും എന്തിനും ഏതിനും കിട്ടേട്ടൻ തന്നെ വേണമായിരുന്നു.

എത്ര തിരക്കുപിടിച്ച ദിവസങ്ങൾ ആയിരുന്നു അതൊക്കെ. പ്രസന്നതയുടെയും പ്രസരിപ്പിന്റെയും ആ ദിനങ്ങളൊക്കെ എങ്ങോ എവിടെയോ പോയി മറഞ്ഞു.

ഇരുനൂറിൽ അധികം വർഷങ്ങൾ..

അന്തസ്സുറ്റ ഒരു വൈദിക ബ്രാഹ്മണ ഗൃഹത്തിന്റെ ഉജ്ജ്വലമായ ചരിത്രം. മുത്തച്ഛൻ നാട്ടിലെ വേദജ്ഞരായ ബ്രാഹ്മണ ശ്രേഷ്ഠന്മാരുടെ ഓതിക്കോനായിരുന്നു.

കാലത്തിന്റെ കുത്തൊഴുക്കിൽ മറ്റൊരു ഇരുത്ത് കണ്ടെത്തി. തറവാട് വിറ്റ് മറ്റൊരു സ്ഥലം വാങ്ങി മറ്റൊരിടത്തേക്ക്...

അവിടെ പൂർണ്ണ കുടുംബ പശ്ചാത്തലത്തിൽ വിശ്വാമിത്ര കുടുംബം നിലനിൽക്കണം എന്നതായിരുന്നു മോഹവും സ്വപ്നവും.

പക്ഷേ ഈ സായന്തന വേളയിൽ കർമ്മ സാക്ഷിയുടെ രശ്മികൾ മങ്ങിത്തുടങ്ങിയ ഈ ജീവിത സന്ധ്യയിൽ..

ചക്കാൻ ഇല്ലാത്ത ജീവിതം നയിക്കുന്ന അന്യോന്യം അഭിപ്രായവ്യ ത്യാസം മാത്രമുള്ള കലഹിക്കുന്ന മക്കൾ. അതൊന്നും പ്രാവർത്തികമാ ക്കുകയില്ല എന്ന് മനസ്സ് പലവട്ടം പറഞ്ഞുകൊണ്ടേയിരുന്നു.

എങ്കിലും അവിടെ പണിയാൻ പോകുന്ന ഗൃഹത്തിന്റെ പ്ലാനുകൾ വരച്ചുകൊണ്ട് മനസ്സിന് അൽപ സമാധാനം കിട്ടാൻ ശ്രമിക്കും.

ഒന്ന് മാറ്റി മറ്റൊന്ന്.. പിന്നെ മറ്റൊന്ന്. വിഫലമാണെന്ന്

അറിഞ്ഞുകൊണ്ടുതന്നെ വീണ്ടും വീണ്ടും...

താൻ പഠിച്ച പയറ്റിയ അഭ്യാസ ക്രമങ്ങൾ തികച്ചം അനാവശ്യവും അപ്രസക്തവുമായി തീർന്ന ഈ ജീവിതം ഇനി എത്ര നാൾ?

കഴിഞ്ഞ തവണ ഇളയ പുത്രന്റെ അടുത്ത് ചെന്ന് താമസിച്ചപ്പോൾ അവിടത്തെ അന്തരീക്ഷവുമായി തീരെ പൊരുത്തപ്പെടാൻ കഴിഞ്ഞില്ല. തികഞ്ഞ അവഗണന, അർത്ഥം വച്ചുള്ള കുത്തുവാക്കുകൾ, കൊള്ളി വാക്കുകൾ. നിസ്സംഗത കുറെ നാളായി ജീവിതചര്യയായതിനാൽ അങ്ങേയറ്റം ക്ഷമിച്ചു.

ഒരു മാസം കഷ്ടി കഴിഞ്ഞപ്പോൾ സഞ്ചിയും രുക്കി ഇങ്ങോട്ട് തന്നെ പോന്നു.

ഇവിടെ എത്തി വൈകുന്നേരം മുറുക്കാൻ ചെല്ലം എടുക്കാനായി സഞ്ചി തുറന്നപ്പോഴാണ് ഒരു കെട്ട് കയ്യിൽ തടഞ്ഞത്! ഇത് ഞാൻ വെച്ചതായിരുന്നില്ലല്ലോ.

കടലാസിന്റെ കെട്ടഴിച്ചപ്പോൾ ഞെട്ടിപ്പോയി. തേവാര വിഗ്രഹവും സാളഗ്രാമങ്ങളും മറ്റ് ചില പൂജാ സാധനങ്ങളും. അവിടെനിന്ന് മകന്റെയും ഭാര്യയുടെയും നിശ്ചയപ്രകാരം ഞാൻ അറിയാതെ കെട്ടി വെച്ചതാണ്.

എങ്കിലും ഒന്ന് സൂചിപ്പിക്കാമായിരുന്നു...

അവിടെ ആൺ തരി ഇല്ലാത്തതായിരിക്കാം കാരണം. അതിന്റെ അമർഷവും അസഹിഷ്ണതയും അനേക നാളായി പുകഞ്ഞു കൊണ്ടി രിക്കുന്നു.

ഇവിടത്തെ കുഞ്ഞൂട്ടന്റെ പ്രായത്തിൽ അവിടെയും ഉണ്ടായിരുന്ന ഒരു മിടുമിടുക്കൻ. എല്ലാവരുടെയും ഓമനക്കുട്ടൻ. നല്ല പ്രസരിപ്പും ഓമനത്തവും !

പക്ഷേ അഞ്ചോ ആറോ വയസ്സായപ്പോൾ എന്തോ അസുഖം ബാധിച്ച് എല്ലാവരെയും വിട്ട് പിരിഞ്ഞു സങ്കടത്തിലാഴ്ത്തി അവൻ കടന്നു പോയി.

ഒരു ഉണങ്ങാത്ത മുറിവായി അതിന്നും എല്ലാവരുടെയും ഉള്ളില്ലുണ്ട്.

എന്നാലും ഇത് കുറച്ച കടുപ്പമായി പോയി.

തറവാട്ടിൽ നിന്ന് വാടക വീട്ടിലേക്ക് നൂറ്റാണ്ടുകളായി തലമുറക ളായി പൂജിച്ച് ആരാധിച്ചവരുന്ന തേവാരം കെട്ടിപ്പൊതിഞ്ഞ് കാണാതെ പറയാതെ സഞ്ചിയിൽ വെക്കുക എന്നത്...

    അന്ന് അവിടെ അങ്ങിനെ

തമ്പാനോട് പറയാം. എന്താണ് വേണ്ടത് എന്ന് വെച്ചാൽ അവൻ തീരുമാനിക്കട്ടെ.

സ്കൂളിൽനിന്ന് വന്നപ്പോൾ തമ്പാനോട് കാര്യം പറഞ്ഞു. മറ്റുള്ളവരും അതൊക്കെ കേട്ട് അമ്പരന്നു നില്ലുണ്ടായിരുന്നു.

തമ്പാൻ ഒന്നും മിണ്ടാതെ, കുറെ സമയം ചാരുകസേരയിൽ കണ്ണുമട ച്ച് ഇരിക്കുന്നത് കണ്ടു. പിന്നെ പതുക്കെ അടുത്ത് വന്ന് അവൻ പറഞ്ഞു. "അച്ഛൻ വേവലാതിപ്പെടേണ്ട ! വേണ്ട എന്ന് തീരുമാനിച്ച് ഉപേക്ഷിച്ചി രിക്കുകയല്ലേ. ഇതും ഇതിനപ്പറവും ഒക്കെ ഞാൻ പ്രതീക്ഷിക്കുന്നുണ്ട്. " കുറച്ചൊന്ന് നിർത്തി അവൻ തുടർന്നു. "നമുക്ക് തേവാരം ഇവിടെ വെച്ച് പൂജിക്കാം. വേണുഗോപാലൻ എന്റെ ആരാധനാമൂർത്തിയാണ്.നമുക്ക് ആവുന്നതുപോലെ തേവാരം പരിപാലിക്കാം. "

സന്ധ്യയ്ക്ക് അവൻ കുളി കഴിഞ്ഞു വന്ന് സന്ധ്യാനാമം ജപിക്കുന്ന മുറിയുടെ മൂലയിൽ കഴുകി പുണ്യാഹം തളിച്ച് ശുദ്ധി വരുത്തിയ തേവാരം നിത്യ പൂജയ്ക്കായി സ്ഥാപിച്ചു. പായസവും ത്രിമധുരവും ഒക്കെ ഉണ്ടാക്കി നിവേദിച്ച് പൂജ ചെയ്തു. എല്ലാവരും പ്രാർത്ഥിച്ച തൊഴുത് പ്രസാദം വാങ്ങി. വളരെ സംതൃപ്തിയും ആശ്വാസവും തോന്നിയ നിമിഷങ്ങളായി രുന്നു അത്.

പിന്നീട് എന്നും മുടങ്ങാതെ ലളിതമായി തേവാരം കഴിച്ച വരുന്നു. അതിന്റെ അനുഗ്രഹം അവനും കുടുംബത്തിനും എന്നും ലഭിക്കട്ടെ.

ദിവസവും രാവിലെ പൂജയും ഭാഗവത പാരായണവും വൈകുന്നേര വും ഞായറാഴ്ചകളിലും സത്സംഗം ക്ലാസുകളും ഒക്കെയായി പ്രസാദാ ത്മകവും ധന്യവും സ്വച്ഛതയുമാർന്ന ഒരു ജീവിതമാണ് തമ്പാൻ ജീവിച്ച വരുന്നത്. സ്വസ്ഥതയും ശാന്തതയും നിറഞ്ഞ ഒരു കുടുംബജീവിതമാ ണവന്റെത്.

ഭഗവൽ കൃപയാൽ, തറവാടിന്റെ ഭാവി ജീവിതത്തിന്റെ ദീപശിഖ യെന്താൻ ഇവിടെ കുഞ്ഞുട്ടൻ മിടുക്കനായി വളർന്നുവരുന്നുണ്ട്.

ആർഷഭാരത പാരമ്പര്യത്തിന്റെ സംസ്കാരം ഉപനയനാദി കർമ്മ ങ്ങൾ ചെയ്തു അവനിലേക്ക് പകർന്നു കൊടുക്കണം.

ഈ ജീർണ വസ്ത്രം ഇവിടെ ഉപേക്ഷിച്ച് അന്ത്യ യാത്രയാകുന്നതിനു മുൻപ് ആ ഒരു കാര്യം ചെയ്തു തീർക്കണമെന്നുണ്ട്. അതിനുള്ള അവസരം നൽകി ജഗദീശ്വരൻ അനുഗ്രഹിക്കുമായിരിക്കും.

നേരം നന്നേ പുലർന്നിരിക്കുന്നു. ഓരോന്നാലോചിച്ച് എത്ര നേരമാണ് ഒറ്റയിരിപ്പിരുന്നത്.

17
ചിത

ഇനി പതുക്കെ എഴുന്നേൽക്കാം. പല്ലു തേപ്പും കാപ്പികുടിയും കഴിഞ്ഞ് ഒന്നു മുറുക്കുകയുമൊക്കെ ചെയ്യാം.

അല്ലെങ്കിലും മറ്റെന്ത് ചെയ്യാൻ? എത്ര നാളാണാവോ ഇങ്ങനെ കഴിയാൻ വിധിച്ചിരിക്കുന്നത്?

അപ്പോഴാണ് കുഞ്ഞൂട്ടൻ അതിലെ വന്നത്. ഇന്ന് സ്കൂളില്ല എന്നാണ് തോന്നുന്നത്. അവനെ കണ്ടപ്പോഴാണ് ഒരു കാര്യം ഓർമ്മ വന്നത്.

കുഞ്ഞൂട്ടൻ ഇടയ്ക്കിടെ എന്തെങ്കിലുമൊക്കെ ചൊല്ലിക്കൊണ്ട് നടക്കും. ശ്ലോകങ്ങൾ, ചില പദ്യശകലങ്ങൾ, സിനിമ പാട്ടുകൾ.

അന്നൊരുനാൾ അവൻ ചൊല്ലി കേട്ട ചില വരികൾ ഓർമ്മവന്നു. ഇപ്പോൾ അവനെ കണ്ടപ്പോൾ അത് ഒന്നുകൂടി കേൾക്കണം. ആ വരി കൾക്ക് എന്തൊക്കെയോ ചില അർത്ഥങ്ങൾ ഉള്ളതുപോലെ. പക്ഷേ അത് ശരിക്കും അങ്ങോട്ട് കിട്ടുന്നില്ല. ഓർമ്മിച്ചെടുക്കാനും കഴിയുന്നില്ല. അവനോട് തന്നെ ചോദിക്കാം. "കുഞ്ഞൂട്ടൻ ഇന്നാള് ചൊല്ലിയ ആ വരികൾ ഒന്നൂടെ ചൊല്ലോ"

" ഏതു വരികളാ മുത്തശ്ശാ ? "

അവന്റെ ചോദ്യം.

" ആ ചിതയിൽ വെക്കാൻ എന്നൊക്കെയുള്ള വരികൾ ഉള്ളത്. "

"ഓ അതാണോ ? അത് മുത്തശ്ശന് അത്രക്കൊക്കെ ഇഷ്ടായോ? അത് ഏതോ ഒരു വലിയ കവി എഴുതിയതാ. ഞാനത് ഒരു മാസികയിൽ കണ്ടതാ. രണ്ടുമൂന്ന് വരികളേ എനിക്കറിയൂ. അത് ചൊല്ലാം."

അവൻ ചൊല്ലി.

   അന്ന് അവിടെ അങ്ങിനെ

"ചിരകാലമിത്രയും ചിതലരിച്ചെന്നാല്യം !

ചിലതൊക്കെയുണ്ടിനി ചിതയിൽ വെക്കാൻ."

"അത്രേ ഓർമ്മയുള്ള മുത്തശ്ശാ "

" എന്താ മുത്തശ്ശാ ! ചിതയിൽ വയ്ക്ക എന്നൊക്കെ പറഞ്ഞാൽ ?"

അവന്റെ കുഞ്ഞുമനസ്സിന് അതൊന്നും ഒട്ടും പിടികിട്ടിയിട്ടില്ല.

" മരിച്ചാൽ ശരീരം വിറക് കൂട്ടി കത്തിക്കും. ദഹിപ്പിക്കുക എന്ന് പറയും. ഈ മുത്തശ്ശനെയും ഒരുനാൾ ചിതയിൽ വയ്ക്കും. മുത്തശ്ശൻ അതിന് കാത്തിരിക്കുകയാ."

പൊടുന്നനെ അവൻ വല്ലാതാവുന്നയും ഒരു പേടി അവന്റെ കണ്ണുക ളിൽ നിറയുന്നതായും തോന്നി.

അങ്ങനെയൊന്നും പറയേണ്ടിയിരുന്നില്ല അവനോട്.

" മുത്തശ്ശൻ മരിക്കണ്ടാ...

മുത്തശ്ശനെ ചിതയിലൊന്നും വെക്കണ്ട."

നിറഞ്ഞൊഴുകുന്ന കണ്ണുകൾ തുടച്ചുകൊണ്ട് അവൻ പറഞ്ഞു.

"അയ്യേ ! കുഞ്ഞൂട്ടൻ കരയ്യാ? മുത്തശ്ശൻ വെറുതെ ഒരു തമാശ പറഞ്ഞതല്ലേ? മുത്തശ്ശൻ ഇപ്പോഴൊന്നും ചാകില്ല. പോരെ? കുഞ്ഞൂട്ട ന്റെ ഉപനയനം ഒക്കെ കഴിഞ്ഞേ മുത്തശ്ശൻ ചാകൂ."

അവന് തെല്ല് ആശ്വാസമായത് പോലെ തോന്നി. "അതെന്താ മുത്തശ്ശാ ഉപനയനം എന്ന് പറഞ്ഞാൽ ?"

"അറീല്ലേ? പൂണൂൽ ഇടുന്ന ചടങ്ങ്."

" അതെന്തിനാ മുത്തശ്ശാ പൂണൂൽ ഇടുന്നത് ?"

ഇവനെ എന്ത് പറഞ്ഞ് മനസ്സിലാക്കും.

" അത് കുഞ്ഞൂട്ടൻ ഇപ്പോൾ ഒരു സാധാരണ കുട്ടിയാണ്. പൂണൂൽ ഇട്ടാലേ ബ്രാഹ്മണനാകൂ. അത് നമ്മുടെ പാരമ്പര്യത്തിന്റെ, സംസ്കാര ത്തിന്റെ ഒരു ഭാഗമാണ്. അടുത്തവർഷം തന്നെ നമ്മൾ കുഞ്ഞൂട്ടന്റെ ഉപനയനം നടത്തും."

" വേണ്ട അതിനു തല മൊട്ടയടിക്കേണ്ടേ? എന്നെ മറ്റ കുട്ടികൾ കളിയാക്കും."

അവന് കുറച്ച് എന്തൊക്കെയോ അറിയാം.

"ഏയ്! അതൊന്നും വേണ്ട! അതൊക്കെ പണ്ടല്ലേ. നമുക്കത് ഉപാ യത്തിൽ നടത്താം. തല മൊട്ടയടിക്കൊന്നും വേണ്ട. കുഞ്ഞൂട്ടന് സ്കൂളിൽ

പോകേണ്ടതല്ലേ?"

അവന് തെല്ല് ആശ്വാസമായി എന്ന് തോന്നന്ന.

അല്പനേരം കിടന്നപ്പോൾ അശാന്തി അകല്വന്നതായും തിമിരം മൂടിയ കണ്ണകൾ അടയുന്നതായും അറിഞ്ഞു.

അപ്പോൾ ഹോമ കുണ്ഡത്തിൽ അഗ്നി ജ്വാലകൾ ജ്വലിച്ചയർന്ന അന്തരീക്ഷത്തിൽ വിലയം പ്രാപിക്കുന്നതും പിന്നീട് ഹോമകുണ്ഡത്തി ന്റെ സ്ഥാനത്ത് ഒരു ചിത കത്തിപ്പടർന്ന്, ഉയർന്നുവന്ന പതുക്കെ ശാന്തമാകുന്നതും ദൃശ്യമായി.

   അന്ന് അവിടെ അങ്ങിനെ

18

തലമുറകൾ

ഇന്ന് സ്കൂളിൽ പോകണ്ടല്ലോഎന്നോർത്തപ്പോൾ അവന് സമാധാനമായി. ഒന്നിലും തിട്ടക്കപ്പെടേണ്ടതില്ല. കളിക്കാൻ വായിക്കാൻ എല്ലാത്തിനും ഇഷ്ടംപോലെ സമയം.

ചായ കുടിയൊക്കെ കഴിഞ്ഞപ്പോൾ ഒന്ന് കോണിക്കാലിലെ മാവിൻ മുകളിൽ കയറി ഇരുന്നാലോ എന്ന് കരുതി.

നേരെ ഓടി ഇങ്ങോട്ട് വന്ന മാവിൽ കയറി ഇരുന്നപ്പോൾ തഴുകി തലോടാൻ ഇളംകാറ്റ്. നല്ല സുഖം. കുറെ സമയം ഇവിടെ ഇരിക്കാം.

ഓ! മറന്നു. വായിക്കാൻ ഒരു പുസ്തകം എടുക്കാമായിരുന്നു. ഇനി എന്തായാലും വേണ്ട.

അപ്പോഴാണ് കുഞ്ഞേച്ചി മുറ്റത്ത് നിന്ന് മാടി വിളിക്കുന്നത് കണ്ടത്.

എന്താണോ എന്തോ? "നിന്നെ മുത്തശ്ശൻ അതാ വിളിക്ക്ന്ന്."

അവൻ നേരെ വേഗം മുത്തച്ഛന്റെ അരികിലേക്ക് ഓടി. മുത്തച്ഛൻ കട്ടിലിൽ ചമ്രം പടിഞ്ഞിരിക്കുന്നുണ്ട്. മുറുക്ക് ഒക്കെ കഴിഞ്ഞു കാണും.

അവനെ കണ്ടയുടൻ മുത്തശ്ശൻ പറഞ്ഞു. "നീ അച്ഛനോട് പുസ്തകവും പെന്നും എടുത്തിട്ട് വരാൻ പറ! നാരായണസൂക്തം ഓർമ്മവരുന്നുണ്ട്. ഇപ്പോൾ പറഞ്ഞു കൊട്ടക്കാം."

ശരിയാണ്. അച്ഛൻ രണ്ടുമൂന്നു ദിവസം മുമ്പ് മുത്തച്ഛനോട് ചോദിക്കുന്നത് കേട്ടിരുന്നു.

"അച്ഛന് നാരായണസൂക്തം ഓർമ്മ വര്വ്വോ? മാസികേടെ ആൾക്കാര് വ്യാഖ്യാനം വേണമെന്ന് പറഞ്ഞു രണ്ടുമൂന്ന് തവണയായി എഴുത്തയക്കുന്നു."

" നോക്കാം " എന്ന് പറഞ്ഞ് മുത്തച്ഛൻ തലയാട്ടുന്നതും കണ്ടു.

ഉമ്മറത്ത് അച്ഛൻ കുളിയും തേവാരവും പതിവ് ഭാഗവത പാരായണവും കഴിഞ്ഞ് പത്രവായനയിലാണ്. "മുത്തച്ഛൻ വിളിക്കുന്നുണ്ട്. നാരായണസൂക്തം എഴുതിയെടുക്കാൻ ബുക്കും പെന്നും എടുത്ത് ചെല്ലാൻ. "

അച്ഛൻ പത്രം മടക്കിവെച്ച് എഴുന്നേറ്റു. നോട്ട്ബുക്കും പെന്നുമായി മുത്തച്ഛന്റെ കട്ടിലിൽ ചെന്നിരുന്നു.

"അച്ഛൻ നിർത്തി നിർത്തി ചൊല്ലിക്കോ. ഞാൻ എഴുതി എടുത്തോളാം."

അവൻ കുറച്ച മാറി നിന്ന് ആ കാഴ്ച നോക്കി നിന്നു. നല്ല രസമുണ്ട് കാണാൻ. അച്ഛനും മകനും. വലിയ മാഷായ അച്ഛൻ മുത്തച്ഛന്റെ അടുത്ത് ഒരു സ്കൂൾ കുട്ടിയെ പോലെ ഇരിക്കുന്നു.

മുത്തച്ഛൻ അവനെയും വിളിച്ച് കട്ടിലിൽ അടുത്തിരുത്തി. ഇപ്പോൾ മുത്തച്ഛനും അച്ഛനും പിന്നെ കുഞ്ഞൂട്ടനും.

മൂന്നു തലമുറകൾ! അവനു വലിയ സന്തോഷവും അഭിമാനവും തോന്നി.

അല്പനേരം കണ്ണടച്ച് ധ്യാനിച്ച് ഇരുന്നശേഷം മുത്തച്ഛൻ മെല്ലെ സ്വരിച്ച്ചൊല്ലാൻ തുടങ്ങി. അച്ഛൻ എഴുതിയെടുക്കാനും. .... ഓം സഹസ്ര ശീർഷം ദേവം

     അന്ന് അവിടെ അങ്ങിനെ

വിശ്വാക്ഷം വിശ്വശം ഭവം വിശ്വം നാരായണന്ദേവ- മക്ഷതപെരമം പെദം "മുഴുവൻ ശ്ലോകങ്ങളും എഴുതിയെടുത്ത് കഴിഞ്ഞപ്പോൾ അച്ഛൻ അവനോട് പറഞ്ഞു. "ഇത് ഞാൻ വല്യതായി വേറൊരു പേപ്പറിൽ എഴുതി തരാം. വേഗം പഠിച്ച് മുത്തശ്ശന് ചൊല്ലി കേൾപ്പിക്കണം കേട്ടോ" അവൻ ശരിയെന്ന് തലയാട്ടി.

XXXXXXXXXXXXX

ഉച്ചമയക്കം കഴിഞ്ഞ് എല്ലാവരും ഉമ്മറത്ത് ഇരിക്കുമ്പോൾ അച്ഛൻ ചോദിച്ചു.

"കൊറിക്കാൻ ഒന്നുമില്ലേ?"

അച്ഛന് ഉച്ചയുറക്കം കഴിഞ്ഞാൽ ചെറുതായി എന്തെങ്കിലും തിന്നണം. ഒന്നുമില്ലെങ്കിൽ ഒരു വെല്ലത്തിന്റെ കഷണം എടുത്ത് തിന്നും.

അമ്മ എള്ളുണ്ടയും മറ്റും ഉണ്ടാക്കി വെക്കാറുണ്ട്. അമ്മ കായ വറുത്ത തിന്റെ ടിന്നെടുത്തു കൊണ്ടുവന്നു. "കുറച്ചേയുള്ളൂ. കുറച്ച് ദെവസായില്ലേ ടൗണിൽ ഒക്കെ പോയിട്ട്. ഉള്ളത് എല്ലാവരും എടുത്തോ"

അമ്മ ചിപ്പിന്റെ ടിൻ അവിടെ വെച്ച് അകത്തേക്ക് പോയി. അച്ഛൻ കുറച്ച് ചിപ്പ് എടുത്ത് തിന്നാൻ തുടങ്ങി. അപ്പോൾ കുഞ്ഞേച്ചിയും വല്യേ ച്ചിയും വന്ന് വാരിയെടുത്ത് തിന്നാൻ തുടങ്ങി.

അപ്പോഴാണ് അമ്മ ഉമ്മറക്കോലയിൽ അറ്റത്തിരിക്കുകയായിരുന്ന മുത്തശ്ശനെയും എന്നെയും കണ്ടത്. ഉടനെ അമ്മ ചിപ്പിന്റെ ടിന്നെടുത്ത് ഉള്ളത് ഒരു പേപ്പറിൽ തട്ടി. അത് എടുത്തു ഞങ്ങളുടെ അരികിൽ കൊണ്ടുവന്നു വച്ചു.

വട്ടത്തിലുള്ള മഞ്ഞ ചിപ്പ് അതിൽ ഒരെണ്ണം പോല്യമില്ല. മുഴുവൻ പൊട്ടിയയും പൊടിഞ്ഞയും.

മുത്തച്ഛൻ അത് നോക്കി ചിരിച്ചു. പിന്നെ അവനെ നോക്കി പറഞ്ഞു.

"ഇടീം പൊടീം മാത്രും നമ്മക്ക്. അല്ലേ കുഞ്ഞൂട്ടാ."

അവനും എന്തോ ചിരിയാണ് വന്നത്. അവനും മുത്തച്ഛനോട് ഒപ്പം ചേർന്ന് ചിരിച്ചു.

അമ്മ അപ്പോൾ കുറച്ചകലെ ഉമ്മറക്കോലായിൽ തന്നെ നിൽപ്പ ണ്ടായിരുന്നു. അത് കേട്ട് അമ്മ ഒന്നു വല്ലാതായി എന്ന് തോന്നി. പിന്നെ എന്തോ തീരുമാനിച്ചതുപോലെ അമ്മ തിട്ടക്കത്തിൽ അടുക്കളയിലേക്ക് പോകുന്നയും കണ്ടു.

മുത്തച്ഛൻ ഒന്നു മുറുക്കി ഹനുമാന്റെ ഒരു കഥയും അവനു പറഞ്ഞു കൊടുത്തു. അപ്പോൾ അമ്മ അടുക്കളയിൽ നിന്ന് വിളിക്കുന്നത് കേട്ടു.

"കുട്ടാ ചായ കുടിക്കാൻ വാ ! മുത്തശ്ശനെയും കൂട്ടിക്കോ."

അവൻ മുത്തശ്ശനെയും കൂട്ടി അടുക്കളയിൽ ചായ കുടിക്കാൻ എത്തി. അമ്മ മുത്തശ്ശനും അവനും പലകകൾ ഇട്ടിട്ടുണ്ട്. ആവി പറക്കുന്ന ചായ ഗ്ലാസ്സുകളിൽ. ഒപ്പം പ്ലേറ്റുകളിൽ ചൂടുള്ള ഈ രണ്ടു ദോശകളും. സാദാ ദോശയല്ല ഉള്ളിൽ അവലും ശർക്കരയും തേങ്ങയും ഒക്കെ വെച്ച് മടക്കി യുള്ള പ്രത്യേക ദോശ.

ദോശ പൊട്ടിച്ച് വായിൽ ഇട്ട് മുത്തശ്ശൻ അമ്മയെയും അവനെയും നോക്കിക്കൊണ്ട് കൈകൊണ്ട്

"ബലേ ഭേഷ്"

എന്ന് ആംഗ്യം കാട്ടി ചിരിച്ചു.

അപ്പോൾ അമ്മ അത് നോക്കി ചിരിച്ചുകൊണ്ട് അടുപ്പിനരികിൽ നിൽക്കുകയായിരുന്നു.

ദോശയും ചായയും കഴിച്ച അവർ വീണ്ടും ഉമ്മറ കോലയിൽ ചെന്നി രുന്നു.

എന്നിട്ട് മുത്തച്ഛന്റെ മുഖത്ത് തന്നെ നോക്കി ഉറക്കെ ചൊല്ലി. നാരായണസൂക്തത്തിലെ ഒരു ശ്ലോകം.

   അന്ന് അവിടെ അങ്ങിനെ

മുത്തശ്ശന്റെ കണ്ണുകൾ വിസ്മയത്താൽ വിടർന്നു.

"എല്ലാ ശ്ലോകങ്ങളും പഠിച്ചോ"

"പഠിച്ചു .അച്ഛൻ എഴുതി തന്നിരുന്നു. ഇനിയും ചിലതുണ്ട്. അത് പിന്നീട് ചൊല്ലാം."

അവൻ പറഞ്ഞു. കുറച്ചുകൂടി കഴിഞ്ഞപ്പോൾ അവനും മുത്തശ്ശനും അടുത്തുള്ള കോവിലകത്തെ കുളത്തിലേക്ക് കുളിക്കാൻ പുറപ്പെട്ടു.

ചിലപ്പോൾ വൈകുന്നേരം അവർ അങ്ങനെ കുളിക്കാൻ പോകാറുണ്ട്. കുളത്തിൽ കുളിക്കാൻ നല്ല രസമാണ്. കുളപ്പടവുകളിൽ കുറെ സമയമൊക്കെ ഇരിക്കാം. മുത്തച്ഛൻ വിസ്തരിച്ച് എണ്ണയൊക്കെ തടവി കുളിക്കും.

അവന് ദേഹത്ത് എണ്ണ പുരട്ടുന്നത് തീരെ ഇഷ്ടമല്ല.

മുത്തശ്ശൻ കുളക്കടവിൽ ദേഹത്ത് എണ്ണയും തടവി കൊണ്ടിരിക്ക മ്പോൾ അവൻ പടവുകൾ ഇറങ്ങിച്ചെന്ന് കുളത്തിൽ മുങ്ങി നിവർന്നു. എന്നിട്ട മുത്തച്ഛനെ നോക്കി ചൊല്ലി.

"ഓം ഗംഗേച യമുനൈചൈവ

ഗോദാവരി സരസ്വതി

നർമ്മദേ സിന്ധു കാവേരി

ജലേസ്മിൻ സന്നിധിം കുരു

ഓം ഗംഗാദ്ധ്യാ സർവ്വ തീർത്ഥാ

സന്നിഹിതാ സന്ധു !

സന്നിഹിതാ സന്ധു ! സന്നിഹിതാ സന്ധു !"

കണ്ണുകൾ വിടർത്തി അത്ഭുതപ്പെട്ടിരുന്ന മുത്തശ്ശനെ നോക്കി, അവൻ വീണ്ടും ഒന്നുകൂടി മുങ്ങി നിവർന്നു.

ഇത്തവണ ചൊല്ലിയത്, "ഓം ദധിക്രാ വിണ്ണോ അകാരിഷം ജിഷ്ണോ രക്ഷസ്യ വാജിന: എന്ന ശ്ലോകമാണ് .

മുത്തശ്ശൻ അമ്പരപ്പും ആകാംക്ഷയും കലർന്ന സ്വരത്തിൽ ചോദിച്ചു. "ഇതൊക്കെ കുഞ്ഞൂട്ടൻ എപ്പോഴാ പഠിച്ചത്? ആരാ പറഞ്ഞു തന്നത്? എന്തായാലും മിടുമിടുക്കൻ"

" അതൊക്കെ അച്ഛൻ ഒരു നോട്ടുപുസ്തകത്തിൽ എഴുതിത്തന്നതാ! എന്നിട്ട് പഠിച്ചിട്ട് മുത്തശ്ശനെ ചൊല്ലി കേൾപ്പിക്കണം എന്നും പറഞ്ഞു. "

അവൻ മുത്തച്ഛന്റെ സംശയം തീർത്തു കൊടുത്തു.

കുളി കഴിഞ്ഞ് തല തുവർത്തുകയായിരുന്ന അവൻ മുത്തച്ഛനെ നോക്കി.

അസ്തമയ സൂര്യനെ നോക്കി നിശബ്ദനായിരിക്കുന്ന മുത്തച്ഛന്റെ മുഖം മെല്ലെ ദീപ്തമാകുന്നതും അലൗകികമായ ഒരു പ്രഭ ചളിവുകൾ വീണ എണ്ണമിനുപ്പാർന്ന ആ ദേഹത്തെ വലയം ചെയ്യുന്നതും അവൻ കണ്ടു.

19
അവസ്ഥാന്തരങ്ങൾ

അന്ന് രാത്രി ഭക്ഷണം കഴിഞ്ഞ് മുറ്റത്ത് മെല്ലെ ഉലാത്തികൊണ്ടി രിക്കെ അച്ഛനോട് മുത്തച്ഛൻ പറഞ്ഞു.

" തമ്പാനേ , കുഞ്ഞൂട്ടന്റെ ഉപനയനം നമുക്ക് ഉടനെ നടത്തണം. അയ്യം കൂടി കണ്ടിട്ട് വേണം എനിക്ക് കണ്ണടക്കാൻ. ഇനി അധികം ഇല്ല എന്നൊരു തോന്നൽ. ഇന്നവൻ ഒരുപാട് ശ്ലോകങ്ങൾ എന്നെ ചൊല്ലി കേൾപ്പിച്ചു. മിടുമിടുക്കനാണവൻ. നമ്മളാ സംസ്കാരം അവന് പകർന്ന നൽകണം."

" ഒക്കെ ഉപായത്തിൽ മതി. നമുക്ക് ഇവിടെ വെച്ച് തന്നെ അത് നടത്താം. "

തെല്ലൊന്ന് ആലോചിച്ച അച്ഛൻ പറഞ്ഞു.

''അതിനെന്താ! ആവാമല്ലോ! ഞാനും കുറച്ചനാളായി അച്ഛനോട് ഇക്കാര്യം പറയണമെന്ന് വിചാരിക്കുന്നു. ഈ വെക്കേഷനിൽ തന്നെ നടത്താം. നാട്ടിൽ നിന്നും ക്രിയക്ക് ആളെ കൊണ്ടുവരാം. അതിനുള്ള ഏർപ്പാടുകളൊക്കെ ചെയ്യാൻ നീലമന കുഞ്ഞനിയനോടും പിന്നെ കുഞ്ഞനോടും പറയാം. അവന്റെ അപ്പനെക്കൊണ്ട് ചെയ്യിക്കാം. "

തലകുലുക്കിക്കൊണ്ട് മുത്തച്ഛൻ അതെല്ലാം ശരിവച്ചു. അച്ഛൻ ഇപ്പോൾ നല്ല മൂഡിലാണെന്ന് തോന്നുന്നു. അതാണ് എല്ലാം സമ്മതി ച്ചത്. മൂഡ് ശരിയല്ലെങ്കിൽ അച്ഛന് പെട്ടെന്ന് ദേഷ്യം വരും.

അന്നൊരു ദിവസം അച്ഛൻ പുറത്തെവിടെയോ പോകാനായി തലമുടി ചീകികൊണ്ട് കണ്ണാടിക്ക് മുന്നിൽ നിൽക്കുമ്പോൾ അവൻ അച്ഛനോട് പറഞ്ഞു. "അച്ഛാ എനിക്ക് നല്ല രണ്ട ട്രൗസർ വേണം" അപ്പോൾ അച്ഛൻ പറഞ്ഞു.

"ഊം! പറ്റിയ സമയം. "

അവനൊന്നും മിണ്ടിയില്ല. "പിന്നെ എപ്പോഴാണാവോ പറ്റിയ സമയം ? അല്ലെങ്കിൽ ഇതിനൊക്കെ സമയം നോക്കണോ?"

പക്ഷേ മുത്തച്ഛനോട് അങ്ങനെയൊന്നും അച്ഛൻ പറയില്ല. എന്നാൽ അങ്ങനെ കരുതാനും പറ്റില്ല.

ദേഷ്യം വന്നാൽ അച്ഛന് ആരോടാണ് എന്താണ് പറയുന്നത് എന്നൊന്നുമില്ല.

X X X X X X X X X X

അമ്മ അന്ന് പറഞ്ഞു കേട്ട ഒരു കഥയുണ്ട്. ഒരു ദിവസം മുത്തച്ഛനും അച്ഛനും തമ്മിൽ എന്തോ കാര്യത്തിന് തർക്കത്തിലായി. രണ്ടുപേരും വിട്ടുകൊടുത്തില്ല. അച്ഛൻ മുത്തച്ഛനോട് അരുതാത്തത് എന്തൊ ക്കെയോ പറഞ്ഞത്രേ. പിന്നീട് അച്ഛന് കലശലായ കുറ്റബോധവും പശ്ചാത്താപവും ഒക്കെ തോന്നിക്കാണും.

കുളി കഴിഞ്ഞ് വന്ന അച്ഛൻ തലചുറ്റി നിലത്തുവീണു. ബോധമില്ല. അമ്മ നിലവിളിയായി. മുത്തച്ഛൻ ഓടിവന്ന് അച്ഛനെ മടിയിൽ കിടത്തി. മുഖത്ത് വെള്ളം തളിച്ചു.അച്ഛൻ കണ്ണുതുറന്നു.

പിന്നെ അച്ഛൻ മുത്തച്ഛന്റെ കാലിൽ തൊട്ട മാപ്പ് പറഞ്ഞു. "അതൊന്നും സാരമില്ല " എന്ന് പറഞ്ഞ് മുത്തച്ഛൻ അച്ഛനെ ആശ്വ സിപ്പിച്ചു.

പിന്നീട് അച്ഛൻ അമ്മയോട് രഹസ്യമായി പറഞ്ഞ ഒരു കാര്യമുണ്ട്. വീണതൊക്കെ ഒരു അഭിനയം ആയിരുന്നു എന്ന്.

പിന്നെ വേറൊരു കഥയുണ്ട്. ഒരു നട്ടപ്പാതിരയ്ക്ക് മദ്യലഹരിയിൽ പരിവാരങ്ങളും ഒച്ചപ്പാടുകളും ആയി എത്തിയ തിറയെ വീട്ടുമുറ്റത്ത് നിന്നും ആട്ടിപ്പായിച്ചതാണ്. നേരം പുലർന്നപ്പോൾ വാർത്ത കാട്ടുതീ പോലെ പടർന്നു. നാട്ടിൽ പാട്ടായി.

ഒന്നും സംഭവിച്ചിട്ടില്ലാത്തതുപോലെ അച്ഛൻ അന്നും സ്കൂളിലേക്ക് പോയി.

X X X X X X X X X X X

അന്നൊരിക്കൽ അച്ഛൻ സുഖമില്ലാതെ നാലഞ്ച് ദിവസം കിടപ്പി ലായ കാര്യം അവന് ഓർമ്മ വന്നു അച്ഛന് തീരെ വയ്യാതായി. ഡോക്ട റെയൊക്കെ വരുത്തി. ഡോക്ടർ വന്ന് പരിശോധിച്ചു. ഇഞ്ചക്ഷനും മരുന്നും ഒക്കെ നൽകി.ഇക്കാര്യം അറിഞ്ഞിട്ടും എന്തോ മുത്തച്ഛൻ അച്ഛന്റെ അടുത്തേക്ക് പോയി നോക്കിയിട്ടില്ലായിരുന്നു. ഒന്നും അറിഞ്ഞു

  അന്ന് അവിടെ അങ്ങിനെ

കാണില്ല.

നാലാമത്തെ ദിവസമോ മറ്റോ ആണെന്ന് തോന്നുന്ന മുത്തച്ഛൻ അച്ഛന്റെ കട്ടിലിനരികിൽ എത്തി. അപ്പോൾ മുത്തച്ഛനൊപ്പം ഞാനും ചെന്നു. മുത്തച്ഛൻ അച്ഛന്റെ നെറ്റിയിൽ തടവി ചോദിച്ചു.

" എന്താ തമ്പാനെ നിനക്ക് പറ്റിയത്? ഇപ്പം സുഖം തോന്നുന്നുണ്ടോ?"

ഒന്നുമില്ല എന്നും ഇപ്പോൾ കുറച്ച സുഖം തോന്നുന്നുണ്ട് എന്നും അച്ഛൻ പറഞ്ഞു. "എല്ലാം വേഗം സുഖാവും "

എന്ന് പറഞ്ഞ് മുത്തച്ഛൻ മെല്ലെ തിരികെ നടന്നു. അപ്പോൾ എന്താണെന്നറിയില്ല മുത്തച്ഛൻ കണ്ണുകൾ ഇടക്കുന്നുണ്ടായിരുന്നു.

മുത്തച്ഛന്ന് നല്ല സങ്കടം വന്നു കാണും.

x x x x x x x x x x x x

ഒരിക്കൽ അച്ഛന്റെ മേശപ്പുറത്ത് അവൻ നിവർത്തിവെച്ച ഡയറി കണ്ടു. ഡയറി എഴുതിക്കൊണ്ടിരിക്കുന്നതിനിടയിൽ ആരോ മുറ്റത്ത് കാണാൻ വന്നപ്പോൾ അച്ഛൻ പെട്ടെന്ന് പുറത്തേക്ക് പോയതാണ്. അച്ഛന്റെ കൈയക്ഷരം വായിക്കാൻ കുറച്ച ബുദ്ധിമുട്ടാണ്. എങ്കിലും അവൻ വായിച്ചു. "വയറ്റിൽ നല്ല സുഖം തോന്നുന്നില്ല. ബാലകൃഷ്ണൻ വൈദ്യരെ കണ്ടു. മരുന്നുകൾ കുറിച്ച തന്നു. ടൗണിൽ പോയി വാങ്ങണം. തൽക്കാല ശമനത്തിനായി അരിഷ്ടം കുടിക്കാൻ തന്നു. മൂന്നുറുപ്പിക കൊട്ടത്തെങ്കിലും സ്വീകരിച്ചില്ല. സ്നേഹപൂർവ്വം നിരസിച്ചു. "

"അഗതിയായി തന്നെയെന്നെ ഗണിക്കയാവാം..."

അവസാനത്തെ വരികൾ അവനിഷ്ടപ്പെട്ടു.

കുറെ തവണ ചൊല്ലി അവനത് മന:പാഠമാക്കി.

ഇന്നലെ അച്ഛൻ എന്തോ എഴുതിക്കൊണ്ടിരിക്കുമ്പോൾ അവൻ അരികിൽ എത്തി. കണ്ണടക്കിടയില്ലടെ നോക്കി അച്ഛൻ ചോദിച്ചു. "ഊം?" ഒന്നുമില്ലെന്ന് അവൻ തലയാട്ടി.

എന്നിട്ട് അച്ഛന്റെ മുഖത്തേക്ക് തന്നെ നോക്കി ഒരു കാര്യം കണ്ടുപിടിച്ച പോലെ അവൻ ചൊല്ലി. "അഗതിയായി തന്നെയെന്നെ ഗണിക്ക യാവാം."

അച്ഛൻ അത്ഭുതത്തോടെ അവനെ നോക്കി. ഒരു നിമിഷം ആലോചിച്ചപ്പോൾ അച്ഛന് കാര്യം പിടികിട്ടി. അച്ഛൻ ചോദിച്ചു. " നീ എന്തിനാ അതൊക്കെ വായിക്കാൻ പോയത്? മറ്റുള്ളവരുടെ ഡയറി

വായിക്കരുത് എന്ന് നിനക്കറിയില്ലേ?"

അവൻ മറുപടിയേകി. "പക്ഷേ അച്ഛന്റെ ഡയറി മകന് വായിക്കാം "

"ഓ! അതൊരു പുതിയ കണ്ടുപിടുത്തം ആണല്ലൊ? " ചിരിച്ചുകൊണ്ട് അച്ഛൻ പറഞ്ഞു.

അപ്പോൾ ഉമ്മറക്കോലായിൽ നിന്നും എത്തിനോക്കിയ കുഞ്ഞേച്ചി തല പിൻവലിച്ച പോകുന്നത് കണ്ടു. ഓ! കുഞ്ഞേച്ചി ആയിരുന്നെങ്കിൽ ഇപ്പോൾ കാണാമായിരുന്നു !

എല്ലാ കാര്യത്തിനും വലിയ ചിട്ടയും വൃത്തിയും ആണ് കുഞ്ഞേച്ചിക്ക്. മേശക്കള്ളിലും പുറത്തുമായി അടുക്കിവെച്ച പുസ്തകങ്ങളും മറ്റ സാധനങ്ങളും മറ്റള്ളവർ ഒന്ന് തൊട്ടാൽ പോലും അറിയും. പിന്നെ വലിയ ഒച്ചപ്പാട് ഉണ്ടാക്കും.

ഒരുപാട് ലൊട്ടലൊട്ടുക്ക സാധനങ്ങൾ അടുക്കി വെച്ചിട്ടുണ്ട്. അതൊന്നും ആരും തൊട്ട പോകരുത്. ഒന്നും ചോദിച്ചാൽ തരില്ല. ഒരു പെൻസിലിന്റെയോ ക്ലൂവ പെൻസിലിന്റെയോ ചെറിയ കഷണം കിട്ടിയാൽ ഭാഗ്യം.

മുത്തച്ഛൻ ഇടയ്ക്ക് പ്ലാൻ വരക്കാനായി കുഞ്ഞേച്ചിയുടെ നോട്ട്ബുക്കിൽ നിന്നും കടലാസ് കീറി എടുക്കാറുണ്ട്. പെൻസിലും സ്കെയിലും ഒക്കെ എടുത്ത് ഉച്ചനേരത്ത് ചിലപ്പോൾ പ്ലാൻ വരയ്ക്കും. നാട്ടിൽ പണിയാൻ ഉദ്ദേശിക്കുന്ന ഭവനത്തിന്റെ പ്ലാനാണ് വരയ്ക്കുന്നത്.

വൈകുന്നേരം കുഞ്ഞേച്ചി സ്കൂൾവിട്ട് വന്നാൽ വലിയ ഒച്ചപ്പാട്ടും ബഹളവും ഉറപ്പാണ്. "നീയാണോ ഇതൊക്കെ വലിച്ചിട്ടത് " എന്ന് ചോദിച്ച കൊണ്ട് ചാടിക്കയറും. അല്ലെന്ന് പറഞ്ഞാൽ മുത്തച്ഛൻ പ്ലാൻ വരക്കാൻ എടുത്തിരിക്കും എന്ന് മനസ്സിലാക്കും.

പക്ഷേ കുഞ്ഞേച്ചി മുത്തച്ഛനോട് ദേഷ്യപ്പെടാൻ പോകാറില്ല. ഒരുതവണ കുഞ്ഞേച്ചി മുത്തച്ഛനോട് ചൂടായി. ഏതോ പ്രധാനപ്പെട്ട നോട്ട്ബുക്കിൽ നിന്നാണ് ഉച്ചയ്ക്ക് മുത്തച്ഛൻ പ്ലാൻ വരയ്ക്കാൻ കടലാസ് കീറിയെടുത്തത്. മുത്തച്ഛൻ ഒന്നും പറഞ്ഞില്ല. പറഞ്ഞതെല്ലാം കേട്ടു നിശബ്ദനായിരുന്നു.

മോശമായി എന്ന് മുത്തച്ഛന് തോന്നിക്കാണം. അമ്മ അടുക്കളയിൽ നിന്ന് അപ്പോൾ കുഞ്ഞേച്ചിയെ ശകാരിച്ചു. മുഖം വീർപ്പിച്ച് കാല്യകൾ അമർത്തിച്ചവ്യട്ടി ഭൂമി കുല്യക്കിക്കൊണ്ട് കുഞ്ഞേച്ചി നടന്നുപോയി. ഒന്നും സംഭവിച്ചിട്ടില്ലാത്തയെപോലെ കിടക്കാനായി മുത്തച്ഛൻ വലിയ മുറിക്ക കത്തേക്ക് നടന്നുപോയി.

 അന്ന് അവിടെ അങ്ങിനെ

മുത്തച്ഛൻ ഒരു ബെഡ്ഷീറ്റ് കൊണ്ട് പുതച്ചിട്ട് ചിലപ്പോൾ നടക്ക
ന്നത് കാണാം.അപ്പോൾ അവന് അന്നൊരു ദിവസം ടൗണിൽ പോയി
കണ്ട ഓടയിൽ നിന്ന് എന്ന സിനിമയിലെ പപ്പവായി അഭിനയിച്ച
സത്യനെ ഓർമ്മ വരും. ഒരു കരിമ്പട പുതപ്പും പുതച്ച് ചുമച്ച് ചുമച്ച്
അനന്തതയിലേക്ക് നടന്നു നടന്നു പോകുന്ന ആ അവസാന രംഗം.
അങ്ങനെ മുത്തച്ഛനും എല്ലാവരിൽ നിന്നും എല്ലാറ്റിൽ നിന്നും അകന്ന
കന്ന് ദൂരെ ദൂരെ എവിടേക്കോ പോവുകയാണെന്ന് അവന് തോന്നി.

20
അനുഗ്രഹങ്ങൾ

പരീക്ഷകളൊക്കെ കഴിഞ്ഞ് വേനലവധിക്ക് സ്കൂൾ അടച്ചു. ഇനി രണ്ടുമാസം സ്കൂളില്ല.

സ്കൂൾ തുറക്കുമ്പോൾ ഇനി അഞ്ചാം ക്ലാസിലേക്ക് ആകും.

അച്ഛൻ പഠിപ്പിക്കുന്ന വലിയ സ്കൂളിലേക്കാണ് ഇനി പോകേണ്ടത്. പരിചയമില്ലാത്ത കുട്ടികൾ. മാഷന്മാർ. ടീച്ചർമാർ.

സ്കൂളടച്ച് അവസാന ദിവസം മടങ്ങുമ്പോൾ കൂട്ടുകാരോട് തലയാട്ടി, കൈപിടിച്ചു കുലുക്കി, ചിരി വരാതെ ചിരിച്ചു യാത്ര പറയുമ്പോൾ മനസ്സ് വിങ്ങുന്നുണ്ടായിരുന്നു.

ക്ലാസ്സിൽ എപ്പോഴും അടുത്തിരിക്കാറുള്ള നാണു പിരിയാൻ നേരം അടുത്തുവന്നു മെല്ലെ പറഞ്ഞു. "

പഠിച്ച് വലിയ ആളാവുമ്പോൾ ഉണ്ണിക്ക് ഓർമ്മയുണ്ടാവ്വോളീ ഈ നാണുനെ? ഞാനിനി വല്യ സ്കൂളിലേക്ക് ഉണ്ടാവില്ല. എന്റെ പഠിപ്പൊ ക്കെ ഇതോടെ കയ്ഞ്ഞ്.ഇനി വല്ല പണിക്കും പോണം..."

കണ്ണുകൾ നിറയുന്നത് അവൻ കാണാതിരിക്കാൻ മുഖം തിരിച്ച. അവന്റെ കണ്ണുകളിൽ നിന്ന് നനവ് പടരുന്നുണ്ടായിരുന്നു. പതിയെ അവന്റെ തോളിൽ തട്ടി ഒന്നും പറയാതെ വേഗം നടന്നു.

x x x x x x x x x x x x

കോണിക്കാലിലെ മാവിൻ കൊമ്പിൽ കയറിയുള്ള ഇരിപ്പും പുസ്തകവായനയും ഒക്കെയായി ദിവസങ്ങൾ അങ്ങനെ പോകുന്നുണ്ട്. ചിലപ്പോൾ മുത്തച്ഛന്റെ അരികിൽ പോയിരിക്കും. പക്ഷേ ഇപ്പോൾ മുത്തച്ഛന് പഴയ ഉത്സാഹമില്ല. എപ്പോഴും എന്തോ ആലോചനയി ലാണ്. കഥ പറഞ്ഞു തരാനും ഇപ്പോൾ പഴയ ഉന്മേഷമില്ല. വേഗം കഥ

 അന്ന് അവിടെ അങ്ങിനെ

തീർക്കും. അല്ലെങ്കിൽ "കുഞ്ഞൂട്ടൻ പോയി വല്ല പുസ്തകവും വായിച്ചോ"

എന്ന് പറയും. മുത്തച്ഛൻ കൂടുതൽ തന്നിലേക്ക് തന്നെ ഒതുങ്ങി കൂടുകയാണോ?

എപ്പോഴും അകലേക്ക് നോക്കി എന്തോ ചിന്തിച്ചിരിക്കുന്നത് കാണാം. ഇവിടെയൊന്നും അല്ലാത്തയപോലെ.

x x x x x x x x x x x x

ഒരു ദിവസം ശങ്കരൻ മാഷ് വീട്ടിലേക്ക് കയറി വന്നു. അവന്റെ നാലാം ക്ലാസിലെ മാഷും സ്കൂളിലെ ഹെഡ്മാസ്റ്ററുമാണ്. ചായയൊക്കെ കുടിച്ച കഴിഞ്ഞ് പോകാൻ നേരം മാഷ് അച്ഛനോട് പറഞ്ഞു.

" ഉണ്ണിന്റെ ടി സി യൊക്കെ റെഡിയാക്കി വെച്ചിട്ടുണ്ട്. സൗകര്യം പോലെ വന്നു വാങ്ങാം.. ഇപ്പോൾ എന്റെ ഒപ്പം വന്നാലും മതി."

അച്ഛൻ അവനോട് മാഷിന്റെ കൂടെ പോയി ടി സി വാങ്ങി വന്നോളാൻ പറഞ്ഞു.

ഷർട്ടും ട്രൗസറും ഇട്ട് ഇറങ്ങുമ്പോൾ അച്ഛൻ അവനെ വിളിച്ച് ഒരു പുത്തൻ അഞ്ചു രൂപ നോട്ട് കയ്യിൽ കൊടുത്തിട്ട് പറഞ്ഞു.

" മാഷ് കൊടുത്ത് അനുഗ്രഹം വാങ്ങണംട്ടോ."

അവൻ 5 രൂപ ഷർട്ടിന്റെ പോക്കറ്റിലിട്ട് മാഷിനൊപ്പം സ്കൂളിലേക്ക് നടന്നു. സ്കൂൾ ഇരന്ന ഓഫീസ് മുറിയിൽ എത്തി മാഷ് ടി സി എടുത്തു തന്നു.

അപ്പോൾ അച്ഛൻ തന്ന അഞ്ചുരൂപ മാഷിന് കൊടുത്തപ്പോൾ മാഷ് ചിരിച്ചുകൊണ്ടു പറഞ്ഞു.

"എന്തിനാ ഉണ്ണി ഇതൊക്കെ? അത് കീശയിൽ തന്നെ വച്ചോ."

"മാഷ് ഇത് വാങ്ങണം. അനുഗ്രഹിക്കണം." അവൻ മാഷിന്റെ കാൽതൊട്ട് വന്ദിച്ചു.

മാഷ് അവന്റെ തലയിൽ കൈ വെച്ച് അനുഗ്രഹിച്ചു.

"മിടുക്കനാകണം! നന്നായി വരട്ടെ!"

അവൻ ടി.സി യുമെടുത്ത് മാഷോട് യാത്ര പറഞ്ഞിറങ്ങി.

സ്കൂൾ വളപ്പിൽ നിന്ന് ഇറങ്ങുമ്പോൾ അവന് തിരിഞ്ഞു നോക്കാതി രിക്കാൻ കഴിഞ്ഞില്ല.

നാല്വർഷം താൻ പഠിച്ച സ്കൂളിനെ അവസാനം ഒരുവട്ടം എന്നോണം അവൻ നോക്കി നിന്നു. ആദ്യമൊക്കെ മടിപിടിച്ചും ഒട്ടും ഇഷ്ടമില്ലാതെയും വന്ന ഇടം. പിന്നെ പിന്നെ വല്ലാതെയങ്ങ് ഇഷ്ടപ്പെ ട്ടുപോയ സ്ഥലം.

ക്ലാസ് മുറികൾ.... കൂട്ടുകാർക്കൊപ്പം ഓടി കളിച്ച ചരൽ നിറഞ്ഞ ഗ്രൗണ്ട്...

എത്രയോ പ്രാവശ്യം ഓടിക്കളിക്കുമ്പോൾ വീണ് മുട്ട പൊട്ടി ചോര പൊടിയുമ്പോൾ,

മുറിവ് കഴുകി, ചുരണ്ടിയെടുത്ത് വെക്കാൻ മരുന്ന് തരാറുള്ള തൈത്തെങ്ങ്, ഉപ്പുമാവും പാലും തന്ന പാചകപ്പുര...

ഉറങ്ങു കൂടിയ നിശ്ശബ്ദതയിലും സ്കൂൾ കോമ്പൗണ്ടിൽ നിന്ന് ആരവങ്ങൾ ഉയരുന്നതായി അവന് തോന്നി. പിന്നെ എന്തെല്ലാമോ നഷ്ടപ്പെടുന്നതായും...

തിളക്കുന്ന വെയിലത്ത് അവൻ വേഗം വീട്ടിലേക്ക് നടന്നു.

കുറച്ച് നടന്നപ്പോൾ അവൻ എതിരെ വരുന്ന പത്മാവതിയമ്മയെ കണ്ടു. ഒപ്പം പഠിച്ച അരവിയുടെ അമ്മ. തന്നെ ചെറുതായിരിക്കുമ്പോൾ എടുത്തു കൊണ്ട് നടന്ന് കളിപ്പിച്ചിരുന്ന അമ്മ.

"ന്താ ഉണ്ണീന്റെ മോഹത്ത് ഒരു വിഷമം പോലെ? ഇനി ഈ ബയി ക്കൊന്നും പോണ്ടാലോ? വല്ല്യ സ്കൂളിൽ ചേരാൻ പോവല്ലേ? നല്ലോണം പഠിച്ച് മിടുക്കനാക്."

അരവി കുറ്റ്യാടി പോയിരിക്കുകയാണെന്ന് അവർ പറഞ്ഞു. അരവിയുടെ അമ്മ തലയിൽ കൈവെച്ച് അവനെ അനുഗ്രഹിച്ചു.

വീട്ടിലെത്തിയിട്ടും അവന് ഒരു ഉന്മേഷവും തോന്നിയില്ല.

x x x x x x x x x x x

ഈ അവധിക്കാലത്ത് തന്നെ ഉപനയനംനടത്തണമെന്ന് അച്ഛൻ മുത്തച്ഛനോടും പിന്നെ മറ്റെല്ലാരോടും പറഞ്ഞു. ഇനി അതിന്റെ ഒരുക്ക ങ്ങൾ വേണം. ചെറിയതോതിൽ ഇവിടെ വച്ച് തന്നെ നടത്താമെന്നാണ് തീരുമാനം. നാട്ടിൽ നിന്ന് കുറച്ച് ആൾക്കാർ ക്രിയകൾക്കായി എത്തും.

പിന്നെ അടുത്ത ബന്ധുക്കളും അടുപ്പമുള്ളവരും.

ഉപനയനകർമ്മങ്ങൾ ചെയ്യാൻ അച്ഛൻ അപ്പനെ ചുമതലപ്പെട്ട ത്തി. അങ്ങനെ ചെയ്യാൽ അപ്പന് എന്റെ പിതൃത്വം ലഭിക്കും. അപ്പൻ മരിച്ചാൽ ഞാൻ കർമ്മങ്ങൾ ചെയ്യണം. അപ്പനെ അവന് ഒരുപാട് ഇഷ്ടമാണ്. അപ്പനെ കണ്ടാൽ അച്ഛന്റെ അനിയനാണ് എന്ന് പറയില്ല. അച്ഛനെപ്പോലെ വെളുത്ത് തടിച്ച് ഉയരം കുറഞ്ഞിട്ടൊന്നുമല്ല. ഇരുനിറം, ഒത്തതടി, നല്ല ഉയരം.

അപ്പന് മുത്തച്ഛന്റെ ഉയരവും അച്ഛന് അച്ഛമ്മയുടെ ഉയരവും കിട്ടി യതായിരിക്കും.

 അന്ന് അവിടെ അങ്ങിനെ

അപ്പൻ തുടർച്ചയായി ബീഡി വലിച്ച കൊണ്ടിരിക്കും. ബീഡി പുകയുടെ മണമാണ് അപ്പന്.

ആരെയും ക്രൂസാത്ത സ്വഭാവം.. പെരുമാറ്റം.

ഇവിടത്തെ സ്കൂളിൽ തന്നെയാണ് അച്ഛൻ അപ്പനെ ചേർത്തു പഠിപ്പിച്ചത്. പഠിത്തത്തിലും സ്പോർട്സിലും എഴുത്തിലും പ്രസംഗ ത്തിലുമൊക്കെ ഒന്നാമതായിരുന്ന അപ്പൻ. പഠനകാലത്ത് നിരവധി സമ്മാനങ്ങൾ വാങ്ങിയ മിടുക്കൻ. അപ്പൻ ഹോക്കി ടീമിന്റെ ക്യാപ്റ്റൻ ആയിരുന്നത്രെ.

ഇപ്പോൾ നാട്ടിൽ സ്കൂൾ മാഷാണ്. വല്ലപ്പോഴും ഒക്കെ അപ്പൻ വന്നാൽ അവൻ പുറകെ കൂടും. വൈകുന്നേരം നടക്കാൻ കൂടെ പോകും. മുമ്പത്തെ നിരവധി പരിചയക്കാരെ കണ്ട് വർത്തമാനം പറയും. കൂട്ടുകാ രന്റെ വീട്ടിൽ പോകും. അങ്ങനെ പല കാര്യങ്ങൾക്കും അവൻ അപ്പന്റെ പിറകിൽ ഉണ്ടാകും.

ബാലഗോകുലം പോലുള്ള പംക്തികളിലേക്ക് അയക്കാറുള്ള കഥകളൊക്കെ അവൻ അപ്പനെ കാണിക്കും. കഥകളൊക്കെ വെട്ടിയും തിരുത്തിയും ചിലത് കൂട്ടിച്ചേർത്തും അപ്പൻ ഭംഗിയാക്കി തരും. എഡിറ്റിംഗ് എന്നാണ് അതിന് അപ്പൻ പറയുക.

ഒരു കൈയിൽ പേനയും മറുകൈയിൽ എരിയുന്ന ബീഡിയുമായി അപ്പൻ കഥകൾ വെട്ടിയും തിരുത്തിയും ഭംഗിയാക്കുന്നത് അവൻ കൗതുകത്തോടെ നോക്കിയിരിക്കും.

21
പപ്പടം

ദിവസങ്ങൾ കടന്നുപോയത് വളരെ വേഗത്തിലാണ്. ഉപനയന ത്തിന്റെ നാൾ അടുത്തുവരുന്നു. രണ്ടുദിവസം മുമ്പ് തന്നെ അപ്പനെ ത്തി. പിന്നെ കുഞ്ഞൻ എന്ന് വിളിക്കുന്ന അച്ഛന്റെ മരുമകൻ, ഞങ്ങളുടെ വല്യേട്ടനും എത്തി. വല്യേട്ടനാണ് പാചകത്തിന്റെയും മറ്റും ചുമതല. ഉപനയനത്തിന് തലേദിവസം വൈകുന്നേരം സ്വന്തം ജീപ്പ് നിറയെ ക്രിയക്കുള്ള ആൾക്കാരുമായി കുഞ്ഞനിയേട്ടനെത്തി.

നിറയെ ആൾക്കാരും കുട്ടികളും സ്ത്രീകളും ഒക്കെയായി ആകെ ബഹളം. ചടങ്ങുകൾ രാവിലെ തന്നെ ആരംഭിച്ചു. മുത്തച്ഛൻ വലിയ ആവേശത്തിലാണ്. മുത്തച്ഛന്റെ നിർദ്ദേശത്തിൽ അപ്പൻ വളരെ വേഗത്തിൽ കാര്യങ്ങളൊക്കെ നടത്തി.

ഹോമകുണ്ഡത്തിലെ പുക കണ്ണിൽ തട്ടി വല്ലാത്ത വിഷമം തോന്നി ചിലപ്പോൾ. അപ്പൻ തലയുടെ പിറകുവശത്ത് നിന്ന് മുടിയുടെ ഒരു ഇമ്പ്യ മാത്രം മുറിച്ചെടുത്ത് തലയൊന്നും മൊട്ടയടിക്കാതെ തന്നെ കാര്യം എളുപ്പത്തിൽ നിർവഹിച്ചു.

ഉച്ച കഴിഞ്ഞപ്പോഴേക്കും പ്രധാന ചടങ്ങുകൾ എല്ലാം പൂർത്തി യായി. ഇനി ചമതയിടലും മറ്റും ആയി കുറച്ചുനാൾ കൂടി ചടങ്ങുകൾ ഉണ്ടാകുമെന്നാണ് മുത്തച്ഛൻ പറഞ്ഞത്.

ഉപനയിച്ചുണ്ണിയുടെ വേഷത്തിൽ പൂണൂലും കൃഷ്ണാജിനവുമൊക്കെ ധരിച്ച് തറ്റുടുത്തു നിന്ന അവനെ കാണാൻ സ്കൂളിൽ നിന്ന് ഹെഡ്മാസ്റ്ററും മറ്റുചില മാഷന്മാരും എത്തിയിരുന്നു. എല്ലാവരും സദ്യ കഴിച്ചു മടങ്ങി.

സദ്യയും വൈകുന്നേരത്തെ ചായകുടിയും കഴിഞ്ഞ് നാട്ടിൽ നിന്ന് വന്നവരെയും കൂട്ടി കുഞ്ഞനിയേട്ടന്റെ ജീപ്പ് തിരിച്ചുപോയി.

 അന്ന് അവിടെ അങ്ങിനെ

സന്ധ്യയോടെ എല്ലാവരും സ്ഥലം വിട്ടു.

മുത്തച്ഛന്റെ നിർദ്ദേശപ്രകാരം അവൻ ചമതയിടല്ലും മറ്റം ചെയ്തു. എല്ലാറ്റിനും മുത്തച്ഛൻ കൂടെയുള്ളതുകൊണ്ട് അവന് യാതൊരു പ്രയാസവും തോന്നിയില്ല.

മുത്തച്ഛനും ഇപ്പോൾ നല്ല മാറ്റം വന്നിട്ടുണ്ട്. ആകെ നല്ല ഉത്സാഹ ത്തിലാണ്.

രാത്രി മുത്തച്ഛനൊപ്പമാണ് അവൻ ഉണ്ണാനിരുന്നത്. ഉണ്ണന്നതിന് മുമ്പ് കൂടിക്കീൽ കൂടിക്കുന്നതൊക്കെ മുത്തച്ഛൻ പറഞ്ഞു തന്നു.

പപ്പടം വിളമ്പുമ്പോൾ മുത്തച്ഛൻ പറഞ്ഞു. "കുറച്ച നാൾ കുഞ്ഞൂട്ടൻ പപ്പടം കഴിക്കേണ്ട.ഓനിച്ചുണ്ണി പപ്പടം കഴിച്ച കൂടാ എന്നുണ്ട്..."

എന്നിട്ട് മുത്തച്ഛൻ എന്നെ നോക്കി കണ്ണിറുക്കി ചിരിച്ചു. മറ്റ് ചില ബന്ധുക്കൾ കൂടി അപ്പോൾ ഞങ്ങൾക്കൊപ്പം ഊണ് കഴിക്കുന്ന ണ്ടായിരുന്നു.

ഊണുകഴിഞ്ഞ് അവൻ മുത്തച്ഛന്റെ കട്ടിലിൽ പോയിരുന്നു. കുറച്ച് സമയം കഴിഞ്ഞപ്പോൾ മുത്തച്ഛൻ മെല്ലെ വരുന്നതു കണ്ടു.

അടുത്തെത്തിയപ്പോൾ മുത്തച്ഛന്റെ കയ്യിൽ കാച്ചിയ രണ്ടു പപ്പടം ഉണ്ടായിരുന്നു.

പപ്പടം നീട്ടി മുത്തച്ഛൻ പറഞ്ഞു. "കുഞ്ഞൂട്ടന് പപ്പടം വലിയ ഇഷ്ട മല്ലേ? ദാ! തിന്നോ! അന്നേരം ഞാൻ മറ്റള്ളവരുടെ മുന്നിൽ വെച്ച് അങ്ങനെ പറഞ്ഞുന്നേയുള്ളൂ. "

അവൻ പപ്പടം വേണ്ടെന്ന തലയാട്ടി. "വേണ്ട മുത്തശ്ശാ , എനിക്കി പ്പോൾ പപ്പടം വേണ്ട. ചടങ്ങുകൾ എല്ലാം കഴിഞ്ഞു കഴിക്കാറാകുമ്പോൾ മാത്രം മതി. "

മുത്തച്ഛനത് കേട്ട് സന്തോഷമായി. "മിടുമിടുക്കൻ ! എല്ലാം അവന് അസ്സലായി മനസ്സിലാവും."

ആരും ശ്രദ്ധിക്കാത്ത രീതിയിൽ മുത്തച്ഛൻ പപ്പടം അടുക്കളയിൽ കൊണ്ടുപോയി വെച്ചു.

മുത്തച്ഛനും പപ്പടം വലിയ ഇഷ്ടമാണെന്ന് അവനറിയാം.

22

ഇടവേള

ഉപനയനത്തിന്റെ ബാക്കിയുള്ള ചടങ്ങുകളും പിന്നീട് കുറച്ച് നാളത്തെ ചമതയിടലും മറ്റുമായി ദിവസങ്ങൾ പെട്ടെന്നാണ് കടന്നുപോയത്.

അവധിക്കാലം കഴിഞ്ഞ് സ്കൂൾ തുറക്കാറായി. ഇത്തവണ അവധി ക്കാലത്ത് സാധാരണ പതിവുള്ള കളികൾക്കൊന്നും വേണ്ടത്ര സമയം കിട്ടിയില്ല.

അവധിക്കാലത്ത് വീടിന്റെ പിറകുവശത്ത് ഓലകൊണ്ട് പന്തൽ ഉണ്ടാക്കും. ഈന്തിന്റെ പട്ടകൾ ഉപയോഗിച്ച് അതിന് ഭംഗി വരുത്തും. ഈന്തിന്റെ പട്ടകൾ നിലത്ത് വിരിച്ച് അതിലാണ് ഇരിക്കുന്നത്. നല്ല തണുപ്പുണ്ടാകും.

കളിക്കാൻ കുഞ്ഞേച്ചിക്ക് പുറമേ അയൽവക്കത്തെ ചില കുട്ടികളും വരും. ചോറും കറിയും വെച്ച് കളിക്കലും ഒളിച്ചുകളിയും ഒക്കെയായി സമയം പോകുന്നത് അറിയില്ല. എരഞ്ഞിക്കുരു കൊണ്ട് ചൊട്ടികളി ക്കാനും പകിട കളിക്കാനും കുഞ്ഞേച്ചിക്ക് വലിയ ഉത്സാഹമാണ്.

പക്ഷേ ഇപ്പോൾ കുഞ്ഞേച്ചി അധികവും വായനയിലാണ്. കുറച്ച വല്യതായതുകൊണ്ടാവാം. ഇവിടെ ഓരോ ആളും ഓരോ ലോകത്താണ്.

മുത്തച്ഛൻ ഇപ്പോൾ മുത്തച്ഛന്റെ മാത്രമായ ഏതോ ഒരു ലോകത്താണ്.

ഉപനയനമൊക്കെ കഴിഞ്ഞതിന്ന ശേഷം കുറച്ച് നാളുകൾ കഴിഞ്ഞ പ്പോൾ മുത്തച്ഛൻ പഴയ പടിയായി. എപ്പോഴും ആലോചന, മൗനം മാത്രം. മുത്തച്ഛൻ ചിന്തകളുടെ ലോകത്താണ്.

അവന്റെ ലോകത്ത് ഏകനായി അവൻ മാത്രം.

വായിക്കണം...സ്കൂൾ ലൈബ്രറിയിൽ പോയി കുറെ പുസ്തകങ്ങൾ കൊണ്ടുവരണം. സ്കൂൾ തുറന്നാൽ പിന്നെ ഒന്നിനും സമയമുണ്ടാകുമെന്ന് തോന്നുന്നില്ല. ധാരാളം പഠിക്കാനുണ്ടാകും. ഹോംവർക്ക് ചെയ്യാനുണ്ടാ വും.

   അന്ന് അവിടെ അങ്ങിനെ

23
അപകർഷത

63ടുവിൽ ആ ദിവസവുമെത്തി. ഇന്നാണ് സ്കൂൾ തുറക്കുന്നത്. അല്പം പേടിയും പിന്നെ മറ്റ് എന്തൊക്കെയോ വിചാരങ്ങളും കലർന്ന ഒരു മാനസികാവസ്ഥ.

ഒരു പഴയ നോട്ടുബുക്കും പെന്നും മാത്രം കയ്യിലെടുത്ത് ഇറങ്ങി. സ്ലെയിറ്റും പെൻസിലും മഷിത്തണ്ടും ഒക്കെ ഇനി ഓർമ്മ മാത്രം.

ആദ്യദിവസമായയതുകൊണ്ട് ഈ റഫ് ബുക്കും പെന്നും മാത്രം മതി. ടൈംടേബിൾ കിട്ടിയിട്ട് വേണം മറ്റ പുസ്തകങ്ങളൊക്കെ വാങ്ങി പൊതിയിട്ട് പേരെഴുതി കൊണ്ടുപോയി തുടങ്ങാൻ.

പക്ഷേ അതൊന്നുമല്ല കാര്യം. ഇന്നത്തെ വേഷത്തിലാണ്. അത് അവന് അല്പം പോലും തൃപ്തി നൽകിയില്ല. യാതൊരുവിധ ആത്മവി ശ്വാസവും തരാത്ത വേഷം.

ഇറക്കം കൂടുതലുള്ള ല്യൂസ് ആയ ഖദറിന്റെ ഒരു വെള്ള ഷർട്ടും അതിന് യോജിക്കാത്ത ഒരു ചുവന്ന ട്രൗസറും. രണ്ടും രണ്ട് അവസര ങ്ങളിലായി എങ്ങനെയോ വന്ന പെട്ടതാണ്.

നല്ല രണ്ട ട്രൗസറും ഷർട്ടും ഒക്കെ വേണമെന്ന് അച്ഛനോട് പലതവണ പറഞ്ഞതാണ്. അച്ഛൻ തീരെ ഗൗനിച്ചില്ല.

ഉള്ളതൊക്കെ മതിയെന്ന് പറയും. എന്നിട്ട് പറയുന്ന വേദാന്തം കേട്ടാൽ ദേഷ്യം വരും." ന " എന്നെഴുതി അത് തന്നെ തിരിഞ്ഞുനിന്ന് "ധ " എന്ന് വായിക്കണം പോലും. കുറച്ച ആലോചിച്ചപ്പോൾ അവന് ചിരി വന്ന. ഒരക്ഷരം എഴുതി അങ്ങോട്ടുമിങ്ങോട്ടും തിരിഞ്ഞുനിന്ന് അത് വായിക്കണം പോലും.!

കണ്ണാടിയിൽ നോക്കിയപ്പോൾ അവന് അവനോട് തന്നെ വെറുപ്പ്

തോന്നി. മുള്ളുകൾ പോലെ നിൽക്കുന്ന ബ്രഷ് പോലെയുള്ള മുടി. ചീർപ്പിന് ഒട്ടും വഴങ്ങാതെ അനുസരണയില്ലാതെ അതങ്ങനെ....

ദേഷ്യവും സങ്കടവും ഒരുമിച്ച് വന്നു.

വയൽ വരമ്പും റോഡും കടന്ന് സ്കൂൾ മൈതാനവും പിന്നിട്ടാൽ സ്കൂൾ ഗേറ്റിൽ എത്തി. വീട്ടിൽ നിന്ന് കഷ്ടിച്ച് അഞ്ച് മിനിറ്റ് പോലും വേണ്ട സ്കൂളിലെത്താൻ.

അപ്പോൾ അവന് നീർച്ചാലുകൾ ഒഴുകുന്ന തണലും തണുപ്പും ഉള്ള ഇടവഴികളും വഴുക്കലുള്ള പാറക്കെട്ടുകളും നിറഞ്ഞ പഴയ സ്കൂളിലേക്ക് ചങ്ങാതിമാർക്കൊപ്പം ഉള്ള യാത്ര ഓർമ്മ വന്നു.നഷ്ടം... എന്തൊ ക്കെയോ ചിലതൊക്കെ...

പാടവരമ്പത്തുകൂടി സ്കൂളിലേക്ക് നടക്കുമ്പോൾ കോങ്കണ്ണ് ഉള്ള കോവിലകം പാട്ടാളി നാണുനായർ എതിരെ വരുന്നതുകണ്ടു.ഇനി എന്തെങ്കിലും പറഞ്ഞു കളിയാക്കും. വഴിമാറി പോകാനും പറ്റില്ല.

" അല്ല ! ഇതെന്താ കുട്ടാ ! കോൺഗ്രസും കമ്മ്യൂണിസ്റ്റും ഒന്നാകെ... ഏത് പാർട്ടിയാണെന്ന് തിരിയുന്നില്ലാലോ..?

ഒരക്ഷരം പോലും മിണ്ടാതെ അവൻ നടന്നു. തന്റെ വെള്ള ഖദർ ഷർട്ടിനെയും ട്രൗസറിനെയും പറ്റിയുള്ള പരിഹാസം!

ഇനി ഏതായാലും ഈ വേഷം വേണ്ട. ഇന്ന് വൈകുന്നേരം തന്നെ രാമൻ മാഷിന്റെ കടയിൽ ചെന്ന് നല്ല രണ്ട് ട്രൗസറിനും ഷർട്ടിനുമുള്ള തുണിയെടുത്ത് തുന്നാൻ കൊടുത്തിട്ട് തന്നെ കാര്യം. വേഗം തയ്പ്പിച്ച് തരാൻ പറയണം. ചിലപ്പോൾ വീട്ടിൽ ഒരു ഭ്രകമ്പൊക്കെ ഉണ്ടായെന്ന് വരും... ഉണ്ടാകട്ടെ...

ഉണ്ടാക്കണം...

അച്ഛൻ സ്കൂൾ തുറക്കുന്ന ദിവസമായതിനാൽ നേരത്തെ പോയി. അഞ്ച് ഇ യിലാണ് ഇരിക്കേണ്ടത് എന്ന് അച്ഛൻ നേരത്തെ പറഞ്ഞി രുന്നു.

സംസ്കൃതം പഠിക്കേണ്ടതിനാലാണ് ഇംഗ്ലീഷ് മീഡിയം വേണ്ടെന്ന് വച്ചത്. സംസ്കൃതം ഒഴിവാക്കാൻ പറ്റില്ല എന്ന് അച്ഛന് നിർബന്ധം.

സ്കൂളിൽ എത്തിയപ്പോൾ ആറാം ക്ലാസിൽ പഠിക്കുന്ന ജയശീലനെ കണ്ടു. അവനാണ് 5 E കാണിച്ചുതന്നത്. പടികൾ കുറെ കയറിച്ചെന്ന് ഏറ്റവും മുകളിലത്തെ ഓല ഷെഡിലാണ് ക്ലാസ്. സ്കൂളിൽ ചില കെട്ടിട ങ്ങൾ മാത്രമാണ് ഓല മേഞ്ഞിട്ടുള്ളത്. ബാക്കിയെല്ലാം ഓടിട്ടവയാണ്.

5 c താഴെയുള്ള ഷെഡിലാണത്രേ. ഒന്ന് രണ്ട് ആഴ്ചക്കകം അങ്ങോട്ട്

 അന്ന് അവിടെ അങ്ങിനെ

മാറാം. പിന്നെ ഈ സ്റ്റെപ്പുകൾ ഇത്രയും കയറി വരേണ്ടതില്ല.

ക്ലാസിലെത്തി അവൻ ചുറ്റും നോക്കി. പരിചയമുള്ള ഒരു മുഖം പോലുമില്ല.ഒരുഭാഗത്ത് നിറയെ ആൺകുട്ടികളും മറുഭാഗത്ത് നിറയെ പെൺകുട്ടികളുമാണ്. എല്ലാവരും തിങ്ങിനിറഞ്ഞ് ഇരിപ്പാണ്.

കുറെ നേരത്തെ വരാമായിരുന്നു.ഒന്നും രണ്ടും ബെഞ്ചുകളിൽ സീറ്റ് ഉണ്ടായിരുന്നില്ല. മൂന്നാമത്തെ ബെഞ്ചിൽ ഒരു കുട്ടി അല്പം നീങ്ങിയിരു ന്നു അവന് സ്ഥലം കൊട്ടു. അവൻ ഞെരുങ്ങിയിരുന്നു.

ബെല്ലടിച്ചു. ഇന്ന് അസംബ്ലിയൊന്നും കാണില്ല. നല്ല പ്രായമുള്ള കഷണ്ടിയുള്ള ഒരു മാഷും പിന്നെ ഒരു ടീച്ചറും അത് കഴിഞ്ഞ് ഒരു ചെറുപ്പക്കാരൻ മാഷും വന്ന് എന്തൊക്കെയോ പഠിപ്പിച്ച പോയി.

അവൻ യന്ത്രികമായി റഫ് ബുക്കിൽ എഴുതി എടുത്തു. ചിലതൊക്കെ ബോർഡിൽ എഴുതി കാണിക്കുന്നുണ്ടായിരുന്നു.

മാഷന്മാർ ഇല്ലാത്തപ്പോൾ കുട്ടികൾ കലപില കൂട്ടിക്കൊണ്ടിരുന്നു. അവൻ ആരോടും മിണ്ടാനൊന്നും പോയില്ല. ചില കുട്ടികൾ അവനെ നോക്കി ചിരിച്ചെന്ന് വരുത്തി.

അവൻ മറ്റ കുട്ടികളുടെ ഡ്രസ് ശ്രദ്ധിച്ചു. എല്ലാവരും നല്ല ട്രൗസറും ഷർട്ടും ഒക്കെ ഇട്ടാണ് വന്നിട്ടുള്ളത്. ഈ ഒരു വിചിത്ര വേഷം അവന മാത്രം. അവന് ജാള്യതതോന്നി.

ഒരു കോമാളി വേഷം. ഒരു വെളുപ്പും ചുവപ്പും. നാളെ പഴയത് ഏതെങ്കിലും ഇട്ട വന്നാൽ മതി.

ഇന്ന് ഉച്ചവരെ മാത്രമേ ക്ലാസ്സ് ഉള്ളൂ എന്ന് ഒരു മാഷ ക്ലാസ്സിൽ പറഞ്ഞിരുന്നു. ബെല്ലടിച്ച ഉടനെ അവൻ പുസ്തകവും എടുത്ത് വീട്ടിലേ ക്കോടി

24
അമർഷം

വീട്ടിലെത്തിയ ഉടൻ പുസ്തകം വലിച്ചെറിഞ്ഞ് അവൻ ഉറക്കെ പ്രഖ്യാപിച്ചു. "ഈ വേഷത്തിൽ ഇനി ഞാൻ സ്കൂളിലേക്ക് ഇല്ല... എന്റേതുമാത്രം ഇങ്ങനെ.."

തിങ്ങി വന്ന സങ്കടം തൊണ്ടയിൽ കുരുങ്ങി അവന്റെ വാക്കുകൾ മുറിഞ്ഞു.

അമ്മ അരികിലെത്തി അവനോട് പറഞ്ഞു. "കാല്യം മുഖവ്യം കഴുകി വന്ന് ഊണ് കഴിക്ക്. അതൊക്കെ ശരിയാക്കാം."

"എന്ത് ശരിയാക്കാമെന്ന്? കുറേ ദിവസമായില്ലേ? ഞാൻ ഇന്ന് തന്നെ രാമൻ മാഷുടെ പീടികയിൽ പോയി ഷർട്ടിനും ട്രൗസറിനുമുള്ള തുണി വാങ്ങി ഇന്നാൻ കൊട്ടക്കും. നോക്കിക്കോ..!! "

അമർഷവും നിരാശയും കത്തി നിന്ന

അവന്റെ മുഖത്തേക്ക് നോക്കി അമ്മ അമ്പരന്നു നിന്നു.

"അച്ഛൻ വരട്ടെ. പറയാം"

അമ്മ അവനെ സമാധാനിപ്പിച്ചു.

ഒലക്കയാണ്. ഇരുമ്പൊലക്ക! അച്ഛന് എത്രമാത്രം ഷർട്ടും മുണ്ടം ചെരിപ്പുകളും ഉണ്ട്.ട്രങ്ക് പെട്ടിയിൽ അലക്കി ഇസ്തിരിയിട്ട് അവ അട്ടി യട്ടിയായി മടക്കി വെച്ചിട്ടുണ്ട്.അവ മാറിമാറി ഇട്ട് പോകും.

രണ്ടാഴ്ച കൂടുമ്പോൾ അലക്കുകാരൻ കുങ്കൻ വന്ന് അലക്കിയതെ ല്ലാം തന്ന ശേഷം മുഷിഞ്ഞവ തിരികെ കൊണ്ടുപോകും. കുഞ്ഞേച്ചിയും ചിലപ്പോൾ അവനുമാണ് ചെറിയ പുസ്തകത്തിൽ അവയുടെ കണക്കെ ല്ലാം എഴുതിവെക്കുന്നത്.

   അന്ന് അവിടെ അങ്ങിനെ

ഊണ് കഴിച്ചെന്ന് വരുത്തി. എന്തോ വിശപ്പ് തോന്നിയില്ല. അവൻ ഉമ്മറത്തെ ഒരു കസേരയിൽ ചെന്നിരുന്നു. മുത്തച്ചൻ ഉറക്കമാണെന്ന് തോന്നുന്നു.

ഓ! അച്ഛൻ സ്കൂളിൽ നിന്നും വരുന്നുണ്ട്. ഇപ്പോൾ എന്തെങ്കിലുമൊക്കെ ചോദിക്കും. ചോദിക്കട്ടെ. ഒരൊറ്റ അക്ഷരം മറുപടി കൊടുക്കില്ല എന്ന് മാത്രം.

മുഖവും വീർപ്പിച്ച് അവൻ ഇരുന്നു. കോലായിൽ കയറിയ ഉടൻ അച്ഛൻ ചോദിച്ചു. "ക്ലാസ്സൊക്കെ എങ്ങനെ? "

അവൻ ഒരക്ഷരം മിണ്ടിയില്ല. മുഖം കുറച്ച കൂടി വീർപ്പിച്ചു. "ഇതെന്താ മുഖം കടന്നൽ കുത്തിയ മാതിരി ? "

അച്ഛന്റെ ചോദ്യം. അവൻ അതിനും ഒന്നും മിണ്ടിയില്ല.

അച്ഛൻ ഉണ്ണാനിരുന്നപ്പോൾ അമ്മ എന്തൊക്കെയോ പറഞ്ഞു കൊടുക്കുന്നുണ്ടായിരുന്നു. ഇടയ്ക്ക് ഷർട്ട് ട്രൗസർ എന്നൊക്കെ കേൾക്കുന്നുണ്ട്. അപ്പോൾ വിഷയം അതുതന്നെയാണ്.

ഊണുകഴിഞ്ഞ് വന്ന അച്ഛൻ പറഞ്ഞു. "രാമൻ മാഷുടെ പീടികയിൽ പോയി ഷർട്ടിനും ട്രൗസറിനുമുള്ള തുണിയെടുത്ത് ഇന്നാൻ കൊടുത്തോ. "

"ഇനി അതിന്റെ കുറവ് വേണ്ട."

അതിനും അവൻ ഒന്നും പ്രതികരിച്ചില്ല. അല്ലെങ്കിൽ അങ്ങനെ തന്നെയാണ് ഉദ്ദേശം. എന്ത് പറഞ്ഞാലും അതിന് മാറ്റമില്ല. ഈ കാര്യം അന്നേ ചെയ്യേണ്ടതായിരുന്നു എങ്കിൽ ഇന്നത്തെ കോമാളി വേഷം ഒഴിവാക്കാമായിരുന്നു.

അല്ലെങ്കിലും ഇതൊക്കെ പതിവുള്ളതാണല്ലോ. സ്കൂൾ തുറന്ന് നോട്ട ബുക്കുകൾ വാങ്ങാനും ഇനിയൊരു പ്രകടനം വേണ്ടിവരും. റഫ്ബുക്കിൽ എഴുതി മതിയാകും. ഒടുവിൽ എല്ലാ കുട്ടികളും നോട്ട്ബുക്ക് വാങ്ങി കഴിഞ്ഞശേഷം ഒരു ദിവസം ബഹളം വെച്ച് അവൻ തന്നെ കടയിൽ പോയി നോട്ടുബുക്കുകൾ വാങ്ങിക്കും.

സ്കൂളിലെ സ്റ്റോറിൽ നിന്ന് നല്ല പുസ്തകങ്ങൾ അച്ഛൻ വാങ്ങിക്കൊണ്ടുവരാത്തഴ കൊണ്ടാണിത്.

വിഷ്വിന് പടക്കം വാങ്ങാനും വേണ്ടിവരും ഒരു ചെറിയ യുദ്ധം. അതിനും വാശിപിടിച്ച അവൻ തന്നെ ഇറങ്ങേണ്ടിവരും.

വൈകുന്നേരം ചായ കഴിച്ചശേഷം അവൻ രാമൻ മാഷുടെ പീടികയിലേക്ക് നടന്നു. മാഷിനെ അവന് നന്നായി അറിയാം. ചിലപ്പോഴൊക്കെ

വീട്ടിൽ വരാറുണ്ട്. എപ്പോഴും വെറ്റില മുറുക്കി കോളാമ്പി ആക്കി കുടവയറും തുള്ളിച്ച നടക്കുന്ന രാമൻ മാഷ്.ചിലപ്പോൾ ഇത്തവണ അഞ്ചാം ക്ലാസിൽ കണക്ക് പഠിപ്പിക്കാൻ വരുന്നത് രാമൻ മാഷ് തന്നെയായിരിക്കും.

രാമൻ മാഷ് ചിരിച്ചുകൊണ്ട് അവനെ വരവേറ്റു. ഷർട്ടിന്റെയും ട്രൗസറിന്റെയും ഉണി വേണമെന്ന് പറഞ്ഞപ്പോൾ മാഷ് ചോദിച്ചു. "അല്ലാ!ഇതെന്താ ഇത്ര വൈകീന്ദ്?"

മാഷ് അട്ടികളായി ഷെൽഫിൽ മടക്കിവെച്ച ഉണികളിൽ നിന്നും ഷർട്ടിന്റെയും ട്രൗസറിന്റെയും ശീലകൾ എടുത്ത് മേശമേൽ നിരത്തി.

പുത്തൻ ഉണികളുടെ നല്ല മണം. മാഷ് ഓരോന്നിന്റെയും ഗുണഗ ണങ്ങൾ പറഞ്ഞു. അവൻ മൂന്ന് ഷർട്ടിന്റെ ഉണികളും രണ്ട് ട്രൗസറിന്റെ ഉണികളും മുറിപ്പിച്ചു. അവിടെത്തന്നെ ഇന്നാൻ ഇരിക്കുന്ന കുമാരന് ഇന്നാൻ കൊടുത്തു.

അയാൾ അളവെടുത്ത് ഉണികൾ എടുത്തു വച്ചു. വേഗം തയ്ച്ചു തരണമെന്ന് പറഞ്ഞു. ഇപ്പോൾ വലിയ തിരക്കാണ് എങ്കിലും മൂന്നാല് ദിവസം കഴിഞ്ഞ് തരാമെന്ന് ഏറ്റു.

ഇനി അതിനായി കുറേ നടത്തം ദിവസവും നടക്കേണ്ടി വരും.

സ്കൂളിലെ ടീച്ചർമാരും മാഷമ്മാരും എല്ലാം ഉണികൾ എടുക്കുന്നത് രാമൻ മാഷിന്റെ കടയിൽ നിന്ന് തന്നെയാണ്. ശമ്പളം കിട്ടുമ്പോൾ സൗകര്യം പോലെ പണം കൊടുത്താൽ മതി.

വീട്ടിലെത്തി അമ്മയോട് ഉണിയെടുത്ത് ഇന്നാൻ കൊടുത്ത കാര്യം പറഞ്ഞു.

ഇനി സ്വസ്ഥമായി കുറച്ച് സമയം മാവിൽ കയറിയിരിക്കാം. മനസ്സ് അല്പം ഒന്ന് തണുക്കട്ടെ. മാവ് അവനെ കയറ്റി മടിയിൽ ഇരുത്തി തളി രിലകളാൽ തലോടി. എന്നിട്ട് ചോദിച്ചു.

"എന്താ നിന്റെ ശ്രുണ്ടിയൊക്കെ പോയോ? "

എങ്ങു നിന്നോ എത്തിയ ഇളം കാറ്റിനെ ആവാഹിച്ചെടുത്ത് മാവ് അവനെ മെല്ലെ തഴുകി ആശ്വസിപ്പിച്ചു.

"നിനക്ക് സന്തോഷവും സംതൃപ്തിയും കിട്ടുന്നതെല്ലാം നീ തന്നെ ചെയ്യണം. ആരെയും കാത്തിരിക്കരുത്."

മാവ് പറഞ്ഞു.

അവന് കിട്ടിയ മറ്റൊരു പാഠം.

     അന്ന് അവിടെ അങ്ങിനെ

25

മൂടുന്ന മൂകത

പുതിയ സ്കൂളിൽ എത്തിയിട്ട് ഇപ്പോൾ ആറുമാസം കഴിയാറാകുന്നു. അപരിചിതത്വം ഒക്കെ ഇപ്പോൾ മാറിയിരിക്കുന്നു.

ഒരാഴ്ച കഴിഞ്ഞപ്പോൾ തന്നെ അഞ്ച് സി യിലേക്ക് മാറി. സംസ്കൃതം ക്ലാസ് ഇടങ്ങി. നല്ലൊരു ടീച്ചറാണ് സംസ്കൃതം പഠിപ്പിക്കുന്നത്.

എല്ലാവരും അച്ഛന്റെ ശിഷ്യന്മാരാണ്. അതിനാൽ എല്ലാ കാര്യത്തി ലും ശ്രദ്ധ വേണം. എന്തെങ്കിലുമൊന്ന് പിഴച്ചാൽ ഉടൻ അച്ഛന് റിപ്പോർ ട്ട് കിട്ടും. പിന്നെ വീട്ടിലെത്തിയാൽ ചോദ്യങ്ങളായി. ശകാരമായി. രണ്ടുമൂ ന്നു തവണ അത്തരം അനുഭവങ്ങൾ ഉണ്ടായപ്പോൾ അവൻ കാര്യങ്ങൾ കൈകാര്യം ചെയ്യുന്നതെങ്ങിനെ എന്ന് പഠിച്ചു.

മുൻ ബെഞ്ചിൽ അറ്റത്താണ് അവന്റെ സീറ്റ്. ടീച്ചേഴ്ജിന്റെ ചോദ്യങ്ങൾ ക്കെല്ലാം മണി മണിയായി ഉത്തരം കൊടുക്കുന്നുണ്ട്.

രണ്ടുമൂന്നു തവണ നടത്തിയ ടെസ്റ്റ് പേപ്പറിൽ എല്ലാറ്റിലും ക്ലാസിൽ ഏറ്റവും കൂടുതൽ മാർക്കും അവന് തന്നെയായിരുന്നു.

പ്രോഗ്രസ്സ് കാർഡ് കിട്ടിയപ്പോൾ അവന് ആയിരുന്നു ഒന്നാം റാങ്ക്.

സമർത്ഥനായ നല്ല മിടുക്കൻ വിദ്യാർത്ഥി എന്ന അഭിപ്രായം സ്കൂളിൽ നേടാൻ അവന് സാധിച്ചു. പിടിച്ചുനിൽക്കണം പിടിച്ചു നിന്നേ പറ്റൂ. ഇല്ലെങ്കിൽ രക്ഷയില്ല. മനസ്സിനോട് അവൻ മന്ത്രിച്ചു കൊണ്ടിരുന്നു എപ്പോഴും.

എന്തൊരു വേഗമാണ് ദിവസങ്ങൾക്ക്. വീട് എന്ന ലോകത്ത് എല്ലാവരും പതിവിൻ പടി തന്നെ അങ്ങനെ പോകുന്നതായാണ് അവന് തോന്നിയത്.

പക്ഷേ മുത്തച്ഛനിൽ മാത്രം മാറ്റങ്ങൾ ! ഉത്സാഹമില്ലാതെ..

ഉണർവില്ലാതെ...മൗനിയായികൊണ്ടിരിക്കുന്ന മുത്തച്ഛൻ.പഴയപോലെ കഥ പറഞ്ഞു തരാൻ ഒരു താല്പര്യവുമില്ല. എന്തെങ്കിലും ചോദിച്ചാൽ ഒന്നു മൂളിയാലായി. ചിലപ്പോൾ അതുമില്ല. തന്റെ സാന്നിധ്യം തന്നെ ചിലപ്പോൾ മുത്തച്ഛൻ അറിയുന്നില്ല എന്നവന് തോന്നി.

എപ്പോഴും ജാലകങ്ങൾ അടച്ച് ഇരുട്ടാക്കിയ മുറിക്കകത്ത് കിടപ്പ തന്നെ. ഉറങ്ങുന്നുണ്ടാകുമോ എന്തോ ?

മുറുക്കിന്റെ എണ്ണം കൂടിയിട്ടുണ്ട് എന്ന് അമ്മ പറയുന്നത് കേട്ടു.

മുറുക്കാനായി ഉമ്മറത്ത് വന്നിരുന്നാൽ മുറുക്കി കഴിഞ്ഞ് എന്തൊ ക്കെയോ ചിന്തയിൽ മുഴുകി ശൂന്യതയിലേക്ക് മിഴികൾ നട്ടിരിക്കുന്നത് കാണാം. ചോദിച്ചാൽ ഒന്നും മിണ്ടില്ല.

മുറുക്കൊക്കെ കഴിഞ്ഞ് അകത്തേക്ക് പോകുകയായിരുന്ന മുത്തച്ഛ നോട് അച്ഛമ്മ ഒരു ദിവസം ചോദിച്ചു. "എന്തിനാ ഇങ്ങനെ മുറുക്കുന്നത് ? പൊകേല തിന്ന് തിന്ന് മെലിഞ്ഞു എല്ലും തോല്യമായി. "

ഒരു നിമിഷം നിന്ന് രൂക്ഷമായി അച്ഛമ്മയെ നോക്കി മുത്തച്ഛൻ പറഞ്ഞു. "ചാവുമ്പോ ഈ തടി ഇത്രാന്ന് കണക്കാക്കി ആർക്കും രൂക്കി കൊട്ടക്കാനൊന്നും ആരും ഏറ്റിട്ടിട്ടില്ലല്ലോ...? ഓരോരു ഉപദേശം."

പുതപ്പ് മാടി തോളത്തിട്ട് മുത്തച്ഛൻ ഇരുട്ടിലേക്ക് കയറിപ്പോയി.

അച്ഛമ്മയും മുത്തച്ഛനും തമ്മിൽ ഒന്നും സംസാരിക്കാറില്ല. ഇനി അഥവാ വല്ലതും സംസാരിച്ചാൽ അത് ഇത്തരം കലഹത്തിൽ ആയിരിക്കും അവസാനിക്കുക.

X X X X X X X X X X X X

ഭാഗ്യത്തിന് മുത്തശ്ശൻ ഭക്ഷണമൊക്കെ സമയാസമയത്ത് കഴിക്ക ന്നുണ്ട്. സമയമാകുമ്പോൾ എല്ലാവർക്കും നേരത്തെ മുത്തച്ഛൻ ചെന്ന് പലകയും ഇട്ടിരിക്കും അമ്മ വിളമ്പി കൊട്ടുക്കും. നിശബ്ദനായി അതും കഴിച്ച മുത്തശ്ശൻ വീണ്ടും ഇരുട്ടിലേക്ക് മടങ്ങും. പണ്ടത്തെപ്പോലെ കുഞ്ഞൂട്ടാ വിളിയും ശാപയാ വിളിയും ഒന്നും ഇപ്പോഴില്ല.

മാറ്റങ്ങൾ മുത്തച്ഛനെ വന്ന മൂടുകയാണെന്ന് അവന് മനസ്സിലായി.

ഒരു ദിവസം രാത്രി കഞ്ഞി ആയിരുന്നു. ചെറുപയറും ചുട്ട പപ്പടവും ഒക്കെയായിരുന്ന കഞ്ഞിക്ക്. പതിവുപോലെ മുത്തശ്ശൻ നേരത്തെ കഴിക്കാൻ വന്നു. അമ്മ കഞ്ഞിയും ചെറുപയറും രണ്ടുമൂന്ന ചുട്ട പപ്പടവും അച്ചാറും ഒക്കെ വിളമ്പി കൊടുത്തു. കഞ്ഞികുടിച്ച കൈകഴുകിയ ശേഷം പോകുമ്പോൾ മുത്തശ്ശൻ അടുപ്പിന്റെ തിണ്ണയിൽ ചുടാറാതിരിക്കാൻ മറ്റുള്ളവർക്ക് വേണ്ടി വച്ചിരുന്ന ചുട്ട പപ്പടങ്ങളിൽ നിന്ന് കുറെ എണ്ണം

          അന്ന് അവിടെ അങ്ങിനെ

എടുത്തു കൊണ്ട് പോയി.

പിന്നീട് മറ്റുള്ളവരെല്ലാം കഞ്ഞി കുടിക്കാൻ വന്നപ്പോൾ ചട്ട പപ്പടം ആർക്കും തികയാനില്ല. ബാക്കി നാലെണ്ണം മാത്രം. അമ്മ അവനെ വിളിച്ചപറഞ്ഞു. " നീ ഇതും കൂടി മുത്തശ്ശന് കൊണ്ടുപോയി കൊടുക്ക്. വേണമെങ്കിൽ കഴിക്കട്ടെ. ഓരോ ആഗ്രഹമല്ലേ? വേണ്ടപ്പോഴല്ലേ കഴിക്കാൻ പറ്റൂ."

അമ്മയുടെ മുഖത്ത് വെറുപ്പൊന്നും കണ്ടില്ല. വേദനയോ സങ്കടമോ കലർന്ന എന്തോ ഒരു ഭാവമായിരുന്ന അമ്മയുടെ മുഖത്തപ്പോൾ.

കിടക്കയിൽ എന്തോ ചിന്തിച്ചിരിക്കുന്ന മുത്തച്ഛൻ അവൻ കൊടുത്ത പപ്പടങ്ങൾ കൈനീട്ടി വാങ്ങി. എന്നിട്ട് പറഞ്ഞു. "ആട്ടെ!പിന്നെ കഴിക്കാം"

ഈ മുത്തശ്ശന് എന്ത് പറ്റി?അവന് ഒന്നും മനസ്സിലായില്ല.

തന്റെ രണ്ട് ആണ്മക്കൾ തമ്മിലുള്ള, അച്ഛനും അപ്പനും തമ്മിലുള്ള പ്രശ്നങ്ങളാണോ മുത്തശ്ശനെ വിഷമിപ്പിക്കുന്നത്?

മുത്തശ്ശൻ ഉദ്ദേശിച്ചത് പോലെ കാര്യങ്ങൾ ഒന്നും നടക്കുന്നില്ല എന്നതായിരിക്കാം മനസ്സിനെ വിഷമിപ്പിക്കുന്നത്.

അച്ഛനും അപ്പനും തമ്മിൽ കുറെ കത്തിടപാടുകൾ നടക്കുന്നതായി അവന് അറിയാം. അപ്പന്റെ ഓരോ കത്തും വന്നാൽ ആ ദിവസവും തുടർന്നും അച്ഛൻ മനപ്രയാസത്തോടെ ചാരുകസേരയിൽ ഇരിക്കുന്നത് കാണാം.

പിന്നീട് അതിനുള്ള മറുപടി. വീണ്ടും ഇങ്ങോട്ടുള്ള കത്ത്. അതൊരു പതിവായിരിക്കുന്നു.

ചില ദിവസങ്ങളിൽ മുത്തച്ഛനുമായി അച്ഛൻ കുറെ നേരം സംസാ രിക്കുന്നത് കേൾക്കാം. അവന് ഒന്നും മനസ്സിലാകാറില്ല. നാട്ടിലെ സ്വത്ത് സംബന്ധിച്ച എന്തൊക്കെയോ പ്രശ്നങ്ങൾ ആണെന്ന് അമ്മ പറഞ്ഞറിയാം.

അച്ഛന്റെയും മുത്തച്ഛന്റെയും അനുവാദമില്ലാതെ, അറിയിക്കാതെ, എന്തൊക്കെയോ കാര്യങ്ങൾ അപ്പൻ അവിടെ ചെയ്യുന്നതുകൊണ്ടാണ് പ്രശ്നങ്ങളെല്ലാം ഉണ്ടാകുന്നത് എന്നാണ് അവന് മനസ്സിലാക്കാൻ കഴിഞ്ഞത്.

ഒരു ദിവസം മുത്തച്ഛൻ രാത്രിയിൽ അച്ഛനുമായി കുറെ സമയം സംസാരിച്ചു. ഒടുവിൽ മുത്തച്ഛൻ കോപത്തോടെ അകത്തേക്ക് കയറി പോകുന്നത് കണ്ടു. പോകുമ്പോൾ പുതപ്പിന്റെ അറ്റം മുതുകിലേക്ക്

വലിച്ചിട്ട് ഒന്ന് നിന്നിട്ട് മുത്തശ്ശൻ ആരോടെന്നില്ലാതെ പറയുന്നത് കേട്ടു. "ഒരുത്തൻ പാല് കുടിച്ച വഷളായി. മറ്റവൻ... എന്നെക്കൊണ്ടൊന്നും പറയിക്കണ്ട...!"

അന്ധകാരത്തിന്റെ അശാന്തിയിലേക്ക് പതിയെ നടന്നുപോകുന്ന മുത്തച്ഛന്റെ രൂപം അവൻ വിഷമത്തോടെ നോക്കി നിന്നു.

 അന്ന് അവിടെ അങ്ങിനെ

26

ഒച്ച

വീട്ടിൽ ഒരു റേഡിയോ എത്തിയത് ആയിടയ്ക്കാണ്. കുറെ നാളായി അച്ഛൻ കൊച്ചിയിലെ മരുമകൻ കൃഷ്ണേട്ടനോട് ഒരു റേഡിയോ വാങ്ങിക്കൊണ്ട് വരണമെന്ന് പറയുന്നു.

ഒരു ദിവസം രാവിലെ കൃഷ്ണേട്ടൻ റേഡിയോയുമായെത്തി. അന്ന് ഉത്സവപ്രതീതിയായിരുന്നു വീട്ടിൽ.

എല്ലാവർക്കും സന്തോഷം.. ആഹ്ലാദം..

റേഡിയോ സ്ഥാപിച്ച് കൃഷ്ണേട്ടൻ പിറ്റേന്ന് തന്നെ തിരിച്ചുപോയി.

പക്ഷേ അധികം ആഹ്ലാദിക്കാൻ വല്ല്യേച്ചിക്കും കുഞ്ഞേച്ചിക്കും അവസരം ഇല്ലാതായി.

കാരണം റേഡിയോ ഉപയോഗിക്കുന്ന കാര്യത്തിൽ ചില കർശന നിയന്ത്രണങ്ങളാണ് അച്ഛൻ ഏർപ്പെടുത്തിയിട്ടുള്ളത്.

ചലച്ചിത്ര ഗാനങ്ങൾ കേൾക്കുന്നത് അച്ഛന് അസഹ്യമാണ്. അത് കേട്ടാൽ ഉടൻ വന്ന് റേഡിയോ ഓഫ് ആക്കും അച്ഛൻ. അപ്പോൾ ചലച്ചിത്ര ഗാനങ്ങൾ ആസ്വദിച്ചുകൊണ്ടിരിക്കുന്ന കുഞ്ഞേച്ചി ഭയങ്കര ദേഷ്യത്തിൽ കാല്യകൾ നിലത്ത് അമർത്തിചവിട്ടി ഭൂമി കുല്യക്കി നടന്ന പോകും.

വല്ല്യേച്ചി ഇപ്പോഴും ചലച്ചിത്ര ഗാനങ്ങൾ ആസ്വദിക്കാൻ ആശ്രയി ക്കുന്നത് പഞ്ചായത്താപ്പീസിലെ റേഡിയോവിൽ നിന്നും ഒഴുകിയെത്തു ന്ന ഗാന നിർദ്ധരിയെ തന്നെയാണ്.

അച്ഛൻ വാർത്തകളും സംഗീതകച്ചേരികളും നാടകങ്ങളും മറ്റും കേൾക്കാനാണ് റേഡിയോ ഓണാക്കുന്നത്.

അച്ഛമ്മയ്ക്ക് ശനി ഞായർ ദിവസങ്ങളിൽ ഉള്ള ശിശുലോകവും ബാലലോകവും കേൾക്കാൻ വലിയ ഇഷ്ടമാണ്. എപ്പോഴും ഇടനാഴി യിലെ ഇരുട്ടിൽ കട്ടിലിൽ ഇരിക്കാറുള്ള അച്ഛമ്മ റേഡിയോ കേൾക്കാൻ അതിനടുത്ത് വന്നിരിക്കും.

അവന് എന്തോ റേഡിയോ കേൾക്കാൻ വലിയ താല്പര്യം ഒന്നുമില്ല. വല്ലതും വായിച്ച കൊണ്ടിരിക്കാനാണ് അവനിഷ്ടം.

റേഡിയോ എത്തിയത് മുത്തച്ഛന്റെ ജീവിതചര്യയെ ലവലേശം പോലും ബാധിച്ചിട്ടില്ല. റേഡിയോ വച്ചിരിക്കുന്ന മരത്തിന്റെ സ്റ്റാൻഡി ലേക്ക് മുത്തച്ഛൻ ഒരുതവണ നോക്കുന്നത് പോലും കണ്ടിട്ടില്ല.

x x x x x x x x x x x

മുമ്പൊരിക്കലും കാണാത്ത മുത്തച്ഛനെയാണ് അന്ന് അവൻ കണ്ടത്.അന്ന് രാത്രി മുത്തച്ഛൻ ദേഷ്യം കൊണ്ട് വിറക്കുകയായിരുന്നു.

മുത്തച്ഛനിൽ വന്ന മാറ്റം അവൻ അമ്പരപ്പോടെ അവിശ്വസനീയത യോടെ നോക്കി നിന്നു.

കഴിഞ്ഞാഴ്ച രാത്രിയിലായിരുന്ന സംഭവം. ഒരു പത്തുമണി ഒക്കെ കഴിഞ്ഞിട്ടുണ്ടാവും.

അച്ഛൻ രണ്ടുദിവസമായി എന്തോ അത്യാവശ്യ കാര്യത്തിനായി യാത്ര പോയിരിക്കുകയായിരുന്നു. റേഡിയോ വെക്കാൻ അച്ഛനില്ലാ ത്തപ്പോൾ ലഭിച്ച സ്വാതന്ത്ര്യം മുഴുവനായി മുതലാക്കുകയായിരുന്നു എല്ലാവരും.

അമ്മയും അച്ഛമ്മയും വല്യേച്ചിയും കുഞ്ഞേച്ചിയും ഒക്കെ റേഡിയോ യ്ക്ക് തൊട്ടരികെ സ്ഥാനം പിടിച്ചിട്ടുണ്ട്.

എന്തോ നല്ല തമാശയുള്ള നാടകമോ മറ്റേതോ പരിപാടിയോ ആണെന്ന് തോന്നുന്നു.റേഡിയോ ഉച്ചത്തിൽ വെച്ചിട്ടുണ്ട്. എല്ലാവരും അതിൽ മുഴുകി ഉറക്കെ ചിരിക്കുകയും മറ്റും ചെയ്യുന്നുണ്ട്.

അവൻ മാത്രം അടുത്ത മുറിയിലിരുന്ന് ഒരു കഥാ പുസ്തകം വായി ക്കുകയായിരുന്നു.

പെട്ടെന്നാണ് മുത്തച്ഛന്റെ മുറിയിൽ നിന്നും റേഡിയോ ശബ്ദത്തെ മറികടക്കുന്ന, ഉച്ചത്തിൽ എന്തോ ഇടിക്കുന്നത് പോലെയുള്ള ഒച്ച ഉയർന്നു കേട്ടത്.

അവൻ മുത്തച്ഛന്റെ മുറിയിലേക്ക് ഓടിച്ചെന്നു.മുത്തച്ഛൻ മുറുക്കാനി ടിക്കുന്ന ഇരുമ്പ് കോലെടുത്ത് എല്ലാ ശക്തിയും ഉപയോഗിച്ച് ഭ്രാന്ത മായ ഒരു ആവേശത്തോടെ കട്ടിലിൽ വീണ്ടും വീണ്ടും ആഞ്ഞാഞ്ഞ്

116

ഇടിക്കുകയാണ്.

"മുത്തശ്ശാ ! എന്താണിത്? എന്തിനാ ഇങ്ങനെ ഇടിക്കുന്നത് ?"

അവൻ ഉറക്കെ, നിലവിളിയുടെ സ്വരത്തിൽ ചോദിച്ചു. ഇടി നിർത്തി മുത്തച്ഛൻ അവനെ നോക്കി. കണ്ണുകളിൽ കോപത്തിന്റെ കനലുകൾ. മുത്തച്ഛൻ ആകെ വിറക്കുന്നുണ്ട്... വിയർത്തു കുളിച്ചിട്ടുണ്ട്. '

മുത്തശ്ശൻ അവനോട് പറഞ്ഞു. "

ഞാനും ഉണ്ടാക്കാം എന്തൊക്കെയോ ഒച്ചകൾ . എന്തൊരു ശബ്ദവും ബഹളവും ആണിത്. ഒന്ന് സ്വസ്ഥായിട്ട് കിടക്കാൻ പോലും സമ്മതി ക്കില്ലാന്ന് വെച്ചാൽ ?"

റേഡിയോ കേൾക്കുന്നവരെല്ലാം അപ്പോഴേക്കും മുറിക്ക് പുറത്തി റങ്ങി നിൽപ്പുണ്ട്. അവൻ കാര്യം പറഞ്ഞു. അത്രയ്ക്ക് ഉച്ചത്തിൽ ഒന്നും വെച്ചിട്ടില്ല എന്നും അതിന് ഇങ്ങനെയാണോ ചെയ്യേണ്ടത്? എന്നൊ ക്കെയുള്ള അഭിപ്രായങ്ങൾ കേട്ടു.

അവൻ വീണ്ടും മുത്തച്ഛന്റെ കട്ടിലിൽ പോയിരുന്നു. കോപം ഇപ്പോൾ കുറച്ച കുറഞ്ഞിട്ടുണ്ട്. കിതച്ചുകൊണ്ട് മുത്തച്ഛൻ ചുവരിൽ ചാരിയിരിക്കയാണ്.

അവന് എന്തോ വല്ലാത്ത വിഷമം തോന്നി. അവൻ ഒരു ഗ്ലാസിൽ വെള്ളം എടുത്തു കൊണ്ടുവന്ന മുത്തച്ഛന് കൊടുത്തു. അത് വാങ്ങി കുടിച്ച് മുത്തച്ഛൻ ഒന്നും മിണ്ടാതിരുന്നു. അവനും ഒന്നും മിണ്ടിയില്ല.

കുറെനേരം കഴിഞ്ഞപ്പോൾ മുത്തച്ഛൻ അവന്റെ തലയിൽ പതിയെ തലോടി. എന്നിട്ട് പറഞ്ഞു "കുഞ്ഞുട്ടൻ പോയി ഉറങ്ങിക്കോ".

കണ്ണുകൾ അടച്ച് കിടക്കുന്ന മുത്തച്ഛനെ അവൻ അൽപനേരം നോക്കി നിന്നു. പിന്നെ മുറിവിട്ട് ഇറങ്ങി.

റേഡിയോ ശബ്ദം നിലച്ചിരിക്കുന്നു. എല്ലാവരും ഉറങ്ങാൻ പോയിട്ട ണ്ടാവും. വായിച്ചുകൊണ്ടിരുന്ന പുസ്തകം മടക്കിവെച്ച് അവനും ഉറങ്ങാൻ കിടന്നു. ഉറക്കം വരാതെ, ഓരോന്നാലോചിച്ച് കിടന്ന്, എപ്പോഴോ അവൻ ഉറക്കത്തിന്റെ ആഴങ്ങളിലേക്ക് വഴുതിവീണു.

27
വീഴ്ച

പതിവുപോലെ മുത്തച്ഛൻ ഉമ്മറത്ത് ഇരിക്കുന്നുണ്ടായിരുന്നു അവൻ രാവിലെ ഉണർന്ന് നോക്കിയപ്പോൾ. തലേദിവസം രാത്രി അങ്ങനെ ഒരു സംഭവം നടന്ന യാതൊരു ലക്ഷണവും ഇപ്പോൾ മുത്തച്ഛന്റെ മുഖത്ത് ഇല്ല.

കുറെ നാളായി ആ മുഖത്തുള്ള നിസ്സംഗത, നിർവികാരത മാത്രം. അത് കൂടിക്കൂടി വരുന്നുണ്ടോ എന്ന് സംശയമുണ്ട്.

രാവിലെ അവന് സ്കൂളിൽ പോകാനുള്ള ഒരുക്കങ്ങൾ നടത്തണം. ഉച്ചയ്ക്ക് ഊണ് കഴിക്കാൻ വരും. സ്കൂൾ വളരെ അടുത്താണല്ലോ.

പഴയ സ്കൂളിലെ ഉപ്പുമാവ്, പാൽ എന്നിവയുടെ പരിപാടികളൊന്നും വലിയ സ്കൂളിലില്ല.

വൈകുന്നേരം സ്കൂൾ വിട്ടുവന്നാൽ ചില ദിവസങ്ങളിൽ പീടികയിൽ പോകാനുണ്ടാകും. അല്ലറ ചില്ലറ സാധനങ്ങൾ വാങ്ങാനുണ്ടാകും. സന്ധ്യയ്ക്ക് കുളിയും ഭജനയും കഴിഞ്ഞു പിന്നെ പഠിക്കാനിരിക്കും. ഹോംവർക്ക് വായന എന്നിവക്ക് ശേഷം പത്തുമണി ഒക്കെ കഴിയുമ്പോൾ ഉറങ്ങാൻ സമയമാകും. രാത്രി ഭക്ഷണം ദോശയോ കഞ്ഞിയോ എന്തെങ്കിലും ആയിരിക്കും.

അന്ന് രാത്രിയും പതിവുപോലെ പഠിത്തമൊക്കെ കഴിഞ്ഞ് ഉറങ്ങാൻ കിടക്കുമ്പോൾ അവൻ അറിഞ്ഞിരുന്നില്ല ആ രാത്രി ഓർമ്മയിൽ നിന്നും മാഞ്ഞു പോകാത്ത ഒരു ശപിക്കപ്പെട്ട രാത്രിയാകുമെന്ന്. എന്തോ ശബ്ദം കേട്ട് അച്ഛനാണ് ആദ്യം എഴുന്നേറ്റ് അടുത്ത മുറിയിലേക്ക് ചെന്നത്. പിറകെ അമ്മയും. അപ്പോൾ മുത്തച്ഛൻ എഴുന്നേൽക്കാൻ പറ്റാതെ കട്ടിലിന്ന് താഴെ വീണ കിടക്കുന്നതാണ് അച്ഛൻ കണ്ടത്. ഒരു കൈ കുത്തി എഴുന്നേൽക്കാൻ ശ്രമിക്കുന്നുണ്ടെങ്കിലും മുത്തച്ഛന്

    അന്ന് അവിടെ അങ്ങിനെ

എഴുന്നേൽക്കാൻ പറ്റുന്നില്ല.

കണ്ണ് തിരുമ്മിക്കൊണ്ട് ഉറക്കച്ചടവോടെ അവനും ചെന്നു. കണ്ണുമി
ഴിച്ചു നോക്കിയപ്പോൾ "അയ്യോ മുത്തശ്ശൻ !" മുത്തശ്ശൻ വീണിരിക്കുക
യാണ്. എഴുന്നേൽക്കാൻ കഴിയുന്നില്ലല്ലോ മുത്തച്ഛന്. അച്ഛനും അമ്മയും
ചേച്ചിമാരും എല്ലാവരും കൂടെ താങ്ങിയെടുത്ത് മുത്തച്ഛനെ കട്ടിലിൽ
കിടത്തി. മുഖം ഒരുവശം കോടിയിട്ടുണ്ട്. ശരീരത്തിന്റെ ഒരു ഭാഗം
അനക്കാൻ പറ്റുന്നില്ല. എന്തൊക്കെയോ പറയാൻ ശ്രമിക്കുന്നുമുണ്ട്
മുത്തച്ഛൻ. വാക്കുകൾ ഒന്നും വ്യക്തമാകുന്നില്ല. എന്തോ ഒരു ശബ്ദമാണ്
പുറത്തേക്ക് വരുന്നത്.

അച്ഛന് പെട്ടെന്ന് കാര്യം മനസ്സിലായി. മുത്തച്ഛന്റെ ഒരുവശം
തളർന്നു പോയിരിക്കുന്നു. പക്ഷാഘാതം ആണ്. ഇടതുവശം മുഴുവൻ
തളർന്നിരിക്കുന്നു. എന്നാലും മുത്തച്ഛൻ... ഇത്ര പെട്ടെന്ന്....

ഇനി മുത്തച്ഛൻ പഴയപോലെ ആകുമോ? എഴുന്നേറ്റ് നടക്കാനൊ
ന്നും ഇനി കഴിയില്ലേ?

അമ്മ പറഞ്ഞെങ്കിലും അവൻ പോയി കിടന്നില്ല. അവൻ അവിടെ
ത്തന്നെ നിന്നു മറ്റെല്ലാവർക്കുമൊപ്പം.

അച്ഛന് നല്ല പരിഭ്രമം ഉണ്ട്. പക്ഷേ പുറത്തു കാണിക്കാതിരിക്കാൻ
പാടുപെടുകയാണ്.

അച്ഛൻ കട്ടിലിൽ മുത്തച്ഛനെ നേരെ കിടത്തി പുതപ്പിച്ചു.
മുഖമൊക്കെ ഇടച്ച വൃത്തിയാക്കി. ചൂടുവെള്ളം കുടിക്കാൻ കൊടുത്തത്
പ്രയാസത്തോടെ രണ്ട് കവിൾ മാത്രം ഇറക്കി. രാത്രി മൂത്രമൊഴിക്കാൻ
പോകാൻ എഴുന്നേറ്റപ്പോൾ ഒരു വശം തളർന്നു വീണതായിരിക്കും.
രാത്രി രണ്ട് മണി ആകുന്നതേയുള്ളൂ.

പിന്നെ അന്ന് ആരും ഉറങ്ങാൻ കിടന്നില്ല. എല്ലാവരും അവിടവി
ടെയായി ഇരുന്നും നിന്നും കഴിച്ചുകൂട്ടി.

അതിരാവിലെ പത്രമിടാൻ വന്ന വേലായുധേട്ടൻ വഴി വിവരമറി
ഞ്ഞ് അയൽവക്കകാരൊക്കെ വരാൻ ഇടങ്ങി. ചിലരൊക്കെ അച്ഛനെ
സമാധാനിപ്പിക്കുന്നുണ്ട്.

അടിയന്തരമായി ചെയ്യേണ്ട കാര്യങ്ങളെക്കുറിച്ച് പറയുന്നുണ്ട്.

ഡോക്ടർ വന്ന് മുത്തച്ഛനെ പരിശോധിച്ചു ഇഞ്ചക്ഷനും മരുന്നും
നൽകി. പിന്നീട് മാറിനിന്ന് അച്ഛനോട് എന്തൊക്കെയോ സംസാരി
ക്കുന്നത് കണ്ടു.

അവൻ മനസ്സില്ലാ മനസ്സോടെ സ്കൂളിലേക്ക് പോയി. ഇന്ന് മലയാളം
പരീക്ഷയാണ്.

28
നിനവുകൾ

ചോദ്യപേപ്പർ കിട്ടിയ ഉടൻ ഒന്ന് ഓടിച്ച വായിച്ചു. അവന് സന്തോഷം തോന്നി. നല്ല ചോദ്യങ്ങൾ. എല്ലാം പ്രതീ ക്ഷിച്ചത് തന്നെ.

പിന്നെ അവൻ മറ്റൊരു ലോകത്തായിരുന്നു. തകർത്തെഴുതി. മറ്റൊന്നും... മറ്റൊന്നും തന്നെ അവന്റെ മനസ്സിലേക്ക് കടന്നുവന്നില്ല.

അഞ്ചു മിനിറ്റ് മുമ്പ് തന്നെ ഉത്തരക്കടലാസുകൾ ഇന്നി കെട്ടി. അത് മാഷെ ഏൽപ്പിച്ച് അവൻ പുറത്തിറങ്ങി നടന്നു.

അപ്പോൾ ഒരു ക്ലാസ് റൂമിന്റെ മുന്നിൽ നിന്ന് വേണു മാഷ് അവനെ വിളിച്ചു. മുത്തച്ഛന്റെ അസുഖ വിവരം ചോദിച്ചു. ചോദ്യപേപ്പർ വാങ്ങി മാഷ് വായിച്ചു.

വേണുമാഷ് തന്നെയാണ് അവനെ മലയാളം സെക്കൻഡ് പഠി പ്പിക്കുന്നത്. അവനെ വലിയ കാര്യമാണ്. അവന് ഏറ്റവും ഇഷ്ടമുള്ള മാഷാണ് വേണു മാഷ്. എപ്പോഴും ക്ലാസ്സിൽ നല്ല നല്ല കഥകൾ പറഞ്ഞു തരും.

ജീവിതത്തിലെ ഒരു അവിസ്മരണീയ സംഭവത്തെക്കുറിച്ച് ഉപന്യാസം എഴുതാനുള്ള ചോദ്യമുണ്ട്. അതേ കുറിച്ച് വേണുമാഷ് അവനോട് ചോദിച്ചു. "തിരുവനന്തപുരം യാത്ര തന്നെയല്ലേ എഴുതിയത്?"

അതായിരിക്കും അവൻ എഴുതുക എന്ന് മാഷിന് അറിയാം. കാരണം ക്ലാസിൽ വച്ച് ഒരു ദിവസം ജീവിതത്തിലെ മറക്കാനാവാ ത്ത സംഭവത്തെക്കുറിച്ച് ഉപന്യാസം എഴുതാൻ മാഷ് പറഞ്ഞപ്പോൾ അവൻ എഴുതിയത് അച്ഛനൊപ്പം നടത്തിയ തിരുവനന്തപുരം

  അന്ന് അവിടെ അങ്ങിനെ

യാത്രയെപ്പറ്റിയായിരുന്നു.

അവൻ മൂന്ന് പേജുകളോളം എഴുതി മറ്റ കുട്ടികൾ ഒന്നും രണ്ടും വരി എഴുതി മറ്റുള്ളവർ എഴുതുന്നതും നോക്കി ഇരിപ്പാണ്. ചിലർ എന്തെ ല്ലാമോ കുത്തിക്കുറിച്ചു. അവന്റെ കോമ്പോസിഷൻ ബുക്ക് വാങ്ങി മാഷ് ശ്രദ്ധയോടെ വായിച്ചു. പിന്നെ വിസ്മയത്തോടെ, സന്തോഷത്തോടെ അവന്റെ ചുമലിൽ തട്ടി അഭിനന്ദിച്ചു. "നീ വല്ലതാകുമ്പോ ഒരു നല്ല സാഹിത്യകാരനാകും!. അത് തീർച്ച !

നന്നായി വായിക്കണം !

നന്നായി എഴുതണം !"

ആ വാക്കുകൾ അവൻ മനസ്സിൽ കുറിച്ചു വെച്ചു.

കഴിഞ്ഞ ഓണം അവധിക്കാലത്തായിരുന്നു അച്ഛനുമൊത്ത് അവൻ തിരുവനന്തപുരം പോയത്. കാഴ്ച ബംഗ്ലാവും മറ്റ് പല കാഴ്ചകളും അവൻ അച്ഛനോടൊപ്പം പോയി കണ്ടു.

ഒരു ദിവസം രാത്രി ടാക്സി കാറിൽ അച്ഛനും മുത്തച്ഛനും അവനും കൂടി തലസ്ഥാന നഗരി മുഴുവൻ ചുറ്റിക്കറങ്ങി. തലസ്ഥാനനഗരി ഓണത്തെ വരവേൽക്കാൻ അണിഞ്ഞൊരുങ്ങി നിൽക്കുന്ന സമയമായിരുന്നു അപ്പോൾ. വൈദ്യുത ദീപപ്രഭയിൽ കുളിച്ച് നിൽക്കുന്ന നഗര കാഴ്ചകൾ ഒഴുകി നീങ്ങുന്ന കാറിൽ ചാരി കിടന്നു കണ്ടുകൊണ്ടിരുന്ന മുത്തച്ഛൻ നിറഞ്ഞ സന്തോഷത്തോടെ പറഞ്ഞു."ജീവിതത്തിൽ ഒരു സ്വർഗമുണ്ടെ ന്ന് പറയാറില്ലേ? ഇതൊക്കെ തന്നെയാണ് അത്."

മുത്തച്ഛനും കുഞ്ഞേച്ചിയും കുറച്ചുനാൾ തിരുവനന്തപുരത്ത് അപ്പന്റെ അടുത്തായിരുന്നു താമസം.

അലക്കിത്തേച്ച വെള്ള ഷർട്ടും കരയുള്ള ഡബിൾ മുണ്ടും ആയിരുന്നു മുത്തച്ഛന്റെ വേഷം. കയ്യിൽ ചൂരലിന്റെ മഞ്ഞ നിറമുള്ള വാക്കിങ് സ്റ്റിക്കും.

മുത്തച്ഛനെ പറ്റി ഓർത്തപ്പോൾ അറിയാതെ അവന്റെ കണ്ണുകളിൽ നനവ് പടർന്നു.അത് മാഷ് ശ്രദ്ധിച്ചോ എന്തോ ?

മാഷ് അവന്റെ ചുമലിൽ തട്ടിപ്പറഞ്ഞു. "ഉണ്ണി പോയിക്കോ. വിഷ മിക്കേണ്ട ! കേട്ടോ! ഒക്കെ ശരിയാവും!"

അവൻ ധൃതിയിൽ വീട്ടിലേക്കോടി.

29
കമ്പി

അവൻ മുത്തച്ഛനരികിൽ പോയി നോക്കി. ഒരേ കിടപ്പ് തന്നെ. അവൻ വിളിച്ചതൊന്നും അറിഞ്ഞ മട്ടില്ല. കണ്ണുകൾ എവിടെയോ തറഞ്ഞു നിൽക്കുന്നതുപോലെ... നിശ്ചലമായി...

അച്ഛൻ സ്കൂളിൽ നിന്ന് നേരത്തെ തന്നെ വന്നിരിക്കുന്നു. അച്ഛൻ അവന്റെ അരികിലേക്ക് വന്നു. അവന്റെ തലയിൽ തലോടി അച്ഛൻ പറഞ്ഞു. "മുത്തച്ഛന് സുഖാവും കേട്ടോ. സങ്കടപ്പെടേണ്ട!"

അപ്പോൾ അവന് ശരിക്കും സങ്കടം വന്നു. നിറഞ്ഞു വരുന്ന കണ്ണുകൾ അച്ഛൻ കാണാതിരിക്കാനായി മുഖം തിരിച്ച് അവൻ ഉമ്മറത്തേക്ക് ഓടി.

x x x x x x x x x x x x

ഊണ് കഴിക്കാനിരുന്നെങ്കിലും അവന് വിശപ്പും രുചിയുമൊന്നും തോന്നിയില്ല. കുറച്ച കഴിച്ചെന്നു വരുത്തി. എഴുന്നേറ്റ് കൈ കഴുകി.

അപ്പോൾ കുഞ്ഞേച്ചി അവനോട് പറഞ്ഞു. "അപ്പന് കമ്പി അടിച്ചിട്ടുണ്ട്."

"ഫാദർ സീരിയസ് സ്റ്റാർട്ട് ഇമ്മീഡിയറ്റ്ലി "

"എന്നാണത്രേ ടെലിഗ്രാം അടിച്ചത്. രാവിലെ അടിച്ചു. ഉച്ചയോടെ കിട്ടുമായിരിക്കും."

അപ്പനെ വിവരമറിയിക്കണോ എന്ന് അച്ഛൻ ചോദിച്ചപ്പോൾ മുത്തച്ഛൻ തലയാട്ടിയത്രെ. അവിടെ നിന്നുള്ള മുത്തച്ഛന്റെ അവസാന വരവ് അത്രമാത്രം മനസ്സ് വിഷമിച്ചിട്ടായിരുന്നു. പിന്നീടുള്ള എഴുത്ത് കുത്തുകളിലും മനസ്സ് വല്ലാതെ വിഷമിച്ച കാണും.

നാട്ടിലേക്ക് പോകണമെന്ന് മുത്തച്ഛനും തോന്നിക്കാണും. ഇത്

 അന്ന് അവിടെ അങ്ങിനെ

വാടക വീടല്ലേ! സ്വന്തം സ്ഥലം അല്ലല്ലോ! പെട്ടെന്ന് വല്ലതും സംഭവി ച്ചാൽ...

ആർക്കറിയാം മറ്റുള്ളവരെ പോലെ ഇതൊക്കെ മുത്തച്ഛന് ആലോ ചിക്കാൻ പറ്റുന്നുണ്ടോ എന്ന്.

‘

മുത്തച്ഛന് ഒന്നും കാര്യമായി കഴിക്കാൻ പറ്റുന്നുണ്ടായിരുന്നില്ല. പൊടിയരി കഞ്ഞി കൊടുത്താൽ രണ്ടുമൂന്ന് സ്പൂൺ പോലും കഴിക്കുന്നി ല്ല. ഒരു കൈകൊണ്ട് ചില ആംഗ്യങ്ങൾ കാണിക്കുന്നുണ്ട് ചിലപ്പോൾ.

എല്ലാവരുടെയും വർത്തമാനത്തിൽ നിന്ന് മുത്തച്ഛന് ഇനി മുമ്പത്തെ പോലെ എഴുന്നേറ്റ് നടക്കാൻ ഒന്നും പറ്റില്ല എന്ന് അവന് മനസ്സിലായി. മറ്റേതോ ഒരു ലോകത്തേക്ക്, ഒരിക്കലും തിരിച്ച വരാൻ പറ്റാത്ത ഏതോ ഒരു ലോകത്തേക്ക് യാത്രയാകാൻ മുത്തശ്ശൻ തയ്യാ റെടുക്കുകയാണോ ?

ശൂന്യതയിൽ മിഴികളൂന്നി ഒരുവശം തളർന്ന കിടക്കുന്ന മുത്തച്ഛനെ കാണുമ്പോൾ അവന്റെ മനസ്സ് അവന് തീരെ ഇഷ്ടമില്ലാത്ത ഒരു കാര്യം പറഞ്ഞുകൊണ്ടേയിരുന്നു...

30
വരവ്

അമ്മ ഉറങ്ങാതെ കിടക്കുകയായിരുന്നിരിക്കണം. അതാണ് ആരോ വന്നിട്ടുണ്ടെന്ന് പറഞ്ഞു പെട്ടെന്ന് എഴുന്നേറ്റത്. അച്ഛനും പെട്ടെന്ന് എഴുന്നേറ്റു. വാതിലിൽ ചെറുതായുള്ള മുട്ട്. പിറകെ അച്ഛാ! അച്ഛാ! എന്നുള്ള വിളി.

പിന്നീട് ഏട്ടാ! ഏട്ടാ ! എന്നുമുള്ള വിളി. അപ്പൻ വന്നിരിക്കുന്നു. അവനും അച്ഛന്റെയ്യും അമ്മയുടെയ്യും പിറകെ ചെന്നു.

വാതിൽ തുറക്കുമ്പോൾ ഉമറക്കോലായിൽ നിന്ന് മുറ്റത്തേക്ക് ബീഡി വലിച്ചെറിഞ്ഞു തിരിയുന്ന അപ്പനെ കണ്ടു. ഷർട്ടിൽ വിയർപ്പിന്റെ നനവ്. മടക്കി കുത്തിയ കാവിമുണ്ട്. ചുമലിൽ ഒരു ചെറിയ തോർത്ത്. പരവേശ ത്തിലും പരിഭ്രമത്തിലുമാണ്. എല്ലാവരും അകത്തേക്ക് കയറി.

മുത്തച്ഛൻ കിടക്കുന്ന കട്ടിലിനരികിൽ അപ്പൻ നിന്നു. പിന്നെ കട്ടിലിൽ മുത്തശ്ശന്റെ അരികിൽ ഇരുന്നു. തളർന്നുകിടക്കുന്ന മുത്തശ്ശന്റെ കൈ ഇരു കൈകളിലും എടുത്ത് അപ്പൻ വിളിച്ചു. "അച്ഛാ! അച്ഛാ!"

മുത്തച്ഛന്റെ തളർന്ന കണ്ണുകൾ എന്തോ തിരയുന്നതുപോലെ തോന്നി. പിന്നെ നോട്ടം ശൂന്യതയിൽ എവിടെയോ ചെന്ന് തറഞ്ഞു നിന്നു. മുഖത്ത് ഒരു ഭാവ മാറ്റവും ഉണ്ടായില്ല.

അപ്പൻ പിടി വിട്ടപ്പോൾ മുത്തച്ഛന്റെ തളർന്ന കൈ ആലംബ മില്ലാതെ കിടക്കയിലേക്ക് ഊർന്നു വീണു. അപ്പോൾ ഒരു നടുക്കം അപ്പന്റെ മുഖത്ത് നിന്ന് ശരീരമാകെ പടരുന്നത് കണ്ടു.

" ഇടതുവശം തളർന്നിരിക്കുകയാണ്. ചലനശേഷി തീരെയില്ല" അച്ഛൻ പറഞ്ഞു.

ഒരു ദീർഘനിശ്വാസത്തോടെ അപ്പൻ എഴുന്നേറ്റു. "നിനക്ക്

  അന്ന് അവിടെ അങ്ങിനെ

വിശക്കുന്നുണ്ടോ? മാവുണ്ട്.ഞാൻ ദോശ ഉണ്ടാക്കി തരട്ടെ."

അമ്മ അപ്പനോട് ചോദിച്ചു.

"കിട്ടിയാൽ കഴിക്കാം. നല്ല വിശപ്പുണ്ട്. ഒന്നും കഴിച്ചിട്ടില്ല. കമ്പി കിട്ടിയ ഉടൻ പുറപ്പെട്ടു. കിട്ടിയ ബസുകളിൽ ഒക്കെ കയറി ഒരു പാണ്ടി ലോറിക്ക് ഇവിടെ ഇറങ്ങി." അപ്പൻ പറഞ്ഞു.

അമ്മ വിളമ്പിക്കൊടുത്ത ദോശ കഴിക്കുമ്പോൾ അപ്പൻ പറഞ്ഞു. "വെണ്ണീറായിട്ടില്ലെങ്കിൽ കൊണ്ടുവരുമെന്ന് പറഞ്ഞിട്ടാ ഞാൻ വന്നത്. എപ്പോൾ വിളിച്ചാലും ഓടി വരാൻ അവിടെ ആൾക്കാരെ ശട്ടം കെട്ടീ ട്ണ്ട്."

മുത്തച്ഛനെ നാട്ടിലേക്ക് കൊണ്ടുപോകുന്ന കാര്യമാണ് അപ്പൻ പറയുന്നത് എന്ന് അവന് മനസ്സിലായി. "നേരം പുലരട്ടെ. കാര്യങ്ങൾ ആലോചിച്ച നാളെ ഏർപ്പാട് ചെയ്യാം" അച്ഛൻ പറഞ്ഞു.

അച്ഛനും അപ്പനും ഉമ്മറത്തിരുന്ന് എന്തൊക്കെയോ സംസാരിക്ക ന്നത് കണ്ടു.

തർക്കമില്ലാതെ... ഒച്ചയില്ലാതെ... ശത്രുക്കളായിരുന്ന, വിരോധികൾ ആയിരുന്ന ഏട്ടനും അനിയനും !എത്ര പെട്ടെന്നാണ് അവർ ഒരുമിച്ചത്! അവന് വിസ്മയം തോന്നി.

ഉറക്കം വരാതെ തിരിഞ്ഞും മറിഞ്ഞും കിടന്ന് എപ്പോഴോ അവൻ ഉറങ്ങിപ്പോയി.

31
തേങ്ങലുകൾ

നേരം പുലർന്ന് കുറച്ച വൈകിയാണ് അവൻ ഉണർന്നത്.ഇന്ന് പരീക്ഷയുണ്ട്. ഉച്ചക്കശേഷം. ഇംഗ്ലീഷ് ആണ്.ധൈര്യമുണ്ട്. നന്നായി എഴുതാം. എല്ലാം മുമ്പ് പഠിച്ച വെച്ചതാണ്. എങ്കിലും ഒന്നുക്കൂടി മറിച്ച നോക്കാം.

പല്ലുതേപ്പും കാപ്പി കുടിയും കഴിഞ്ഞു. അവൻ പഠിക്കാനിരുന്നു. ശ്രദ്ധ പൂർണമായും പുസ്തകത്താളുകളിൽ പതിയുന്നില്ല.

അപ്പൻ മുറ്റത്ത് ബീഡിയും വലിച്ച കൊണ്ട് നടക്കുന്നുണ്ട്.

അച്ഛൻ മുറ്റത്ത് ചിലരെയൊക്കെ വിളിച്ചവരുത്തി നിർദ്ദേശങ്ങൾ കൊടുക്കുന്നുണ്ട്. സ്കൂളിലെ ശിപായിമാർ അച്ഛനെ കണ്ട് സംസാരിച്ച തിരക്കിട്ട് പോകുന്നത് കണ്ടു.

മുത്തച്ഛനെ കൊണ്ടുപോകാനുള്ള ഏർപ്പാടുകൾ ചെയ്യുകയാണ് എന്ന് മാത്രം അവന് മനസ്സിലായി. അത് മുത്തച്ഛന്റെ ഇവിടെ നിന്നുള്ള അവസാന യാത്രയായിരിക്കുമെന്ന് അവന്റെ മനസ്സ് പറഞ്ഞു.

അവൻ അടുക്കളയിൽ അമ്മയുടെ അടുത്ത് പോയി ചുറ്റിപ്പറ്റി നിന്നു. അമ്മ പാചകത്തിന്റെ തിരക്കിലാണ്, പതിവുപോലെ.

അവനെ കണ്ടപ്പോൾ അമ്മ പറഞ്ഞു. "നിനക്ക് പരീക്ഷയല്ലേ? കുളി ച്ചിട്ട് വാ! ഊണ് കഴിച്ചിട്ട് പരീക്ഷക്ക് പൊയ്ക്കോ. കൊല്ല പരീക്ഷയല്ലേ. എഴുതാതെ പറ്റില്ലല്ലോ."

പിന്നെ ഒന്ന് നിർത്തിയ ശേഷം അമ്മ തുടർന്നു. "ഉച്ചക്ക് ശേഷം ടാക്സി കാറിൽ മുത്തച്ഛനെ നാട്ടിലേക്ക് കൊണ്ടുപോകും. പോകുമ്പോൾ മുത്തശ്ശന്റെ കാലിൽ തൊട്ട് നമസ്ക്കരിച്ച പോകണം. കേട്ടോ! മുത്തച്ഛന് വേണ്ടി പ്രാർഥിക്ക്. മുത്തച്ഛന്റെ അനുഗ്രഹം എന്നും നിനക്കുണ്ടാകും. "

     അന്ന് അവിടെ അങ്ങിനെ

ഒന്നും മിണ്ടാതെ അവൻ കോണിക്കാലിലെ മാവിൻ ചുവട്ടിലേക്ക് നടന്നു.

ഒന്ന് കരയണം. പക്ഷേ ആരും കാണരുത്. അറിയരുത്.

അവൻ മാവിൽ കയറി ഇലകൾ കൊണ്ട് മൂടിയ ഒരു കൊമ്പിൽ ഇരുന്നു. ഇവിടെ ഇരുന്നാൽ പെട്ടെന്ന് ആരും കാണില്ല.

മാവ് അവനെ ചേർത്ത് പിടിച്ചതായി അവൻ അറിഞ്ഞു. മാവ് അവനോട് പതിയെ പറഞ്ഞു " ഇഷ്ടം പോലെ കരഞ്ഞോ ! ആരും കാണില്ല. ആശ്വാസമാകും നിനക്ക്."

ശബ്ദം ഇല്ലാതെ അവൻ പൊട്ടിക്കരഞ്ഞു.

പിന്നെ വിങ്ങി കരഞ്ഞു. അല്പം നേരം കഴിഞ്ഞപ്പോൾ നേർത്ത് നേർത്ത് കരച്ചിൽ അവനിൽ തന്നെ അലിഞ്ഞലിഞ്ഞ് ഇല്ലാതായി.

അപ്പോൾ അവന് കുറച്ച് ആശ്വാസം തോന്നി.

ഫൈനൽ പരീക്ഷയാണ് സ്കൂളിലെത്താൻ വൈകരുത്. ഉച്ചയ്ക്ക് ഒരു മണിക്ക് സ്കൂളിലേക്ക് ഇറങ്ങും മുമ്പ് അവൻ മുത്തച്ഛന്റെ അരികിലെത്തി.

നെറ്റിയിൽ പതുക്കെ തലോടിയപ്പോൾ മുത്തച്ഛൻ കണ്ണുകൾ തുറന്നു. കോടിപ്പോയ ചുണ്ടുകൾ കൊണ്ട് മുത്തച്ഛൻ അവനെ നോക്കി ചിരിച്ചതായി അവന് തോന്നി.

എങ്ങോ അലയുന്ന നോട്ടം. പിന്നീടത് എവിടെയോ ചെന്ന് തറച്ചു നിന്നു.

അവൻ ഒച്ചയുണ്ടാക്കാതെ "മുത്തശ്ശാ" എന്ന് വിളിച്ചു. ഇനി ഒരിക്കലും ഒരുപക്ഷേ അങ്ങനെ വിളിക്കാൻ പറ്റിയില്ലെങ്കിലോ. പുതപ്പിന വെളിയിലെ ഇടം കൈ അവൻ തടവി. ചുളിഞ്ഞ കൈക്ക് നല്ല തണുപ്പ്. അവൻ ചലനമറ്റ കൈ പുതപ്പിനടിയിലേക്ക് നീക്കിവെച്ചു.

തന്റെ തലയിലും നെറ്റിയിലും എത്രയോ തവണ തടവിയ കൈ..

ഭസ്മം തൊട്ടുവിച്ച കൈ...

അതാണ് ഇപ്പോൾ ഇങ്ങനെ...

കണ്ണുകളിൽ നനവ് പടരുന്നതായി അവനറിഞ്ഞു. മുത്തച്ഛന്റെ കാലുകൾ തൊട്ട് തലയിൽ വെച്ച് തൊഴുതു.

മുത്തച്ഛന് സുഖം കിട്ടാനായി അവൻ പ്രാർഥിച്ചു.

പിന്നെ തെറ്റുകൾ പൊറുത്ത് അനുഗ്രഹിക്കണേയെന്നും.

പിന്നെ അവൻ തികട്ടി വന്ന കരച്ചിലൊതുക്കി പുസ്തകങ്ങളും എടുത്ത് സ്കൂളിലേക്കോടി.

x x x x x x x x x x x

നാല്യമണിക്ക് ശേഷം പരീക്ഷ കഴിഞ്ഞു വീട്ടിലെത്തിയപ്പോൾ മുത്തച്ഛനെ കൊണ്ടുപോയതായി മനസ്സിലായി.

ആളും അനക്കവുമില്ലാത്ത വീട്.

വല്ലാത്ത ഒരു നിശബ്ദത.

അവൻ വന്നത കണ്ടപ്പോൾ അമ്മ അവന്റെ അടുത്തേക്ക് വന്നുപ റഞ്ഞു. "മൂന്ന്മണിയോടെ മുത്തച്ഛനെ കാറിൽ കൊണ്ടുപോയി. ചാരു കസേരയിൽ ഇരുത്തി എല്ലാവരും കൂടി എടുത്തു കൊണ്ടു പോയാണ് കാറിൽ കയറ്റിയത്."

 അന്ന് അവിടെ അങ്ങിനെ

അച്ഛനും അപ്പനും അച്ഛമ്മയും പിന്നെ ഒരു ബന്ധുവായ കുഞ്ഞേട്ടനും സ്ക്കൂളിലെ പ്യൂണും ഒപ്പം പോയിട്ടുണ്ട്.

അച്ഛൻ രാത്രി തന്നെ തിരിച്ച വരും സ്ക്കൂളിൽ ലീവിന്റെ കാര്യങ്ങളും മറ്റും ശരിയാക്കി വീണ്ടും നാട്ടിലേക്ക് പോകും.

മുത്തച്ഛൻ കിടന്ന കട്ടിൽ ശൂന്യമായിരിക്കുന്നു. ആ ശൂന്യത വീടാകെ പടരുന്നത് പോലെ....

ഉമ്മറക്കോലയിൽ അനാഥമായി കിടക്കുന്ന മുറുക്കാൻ ചെല്ലം... ഇമ്മാനിടിക്കുന്ന ഇരുമ്പ കോൽ.... മരക്കട്ടെ...

സന്ധ്യയ്ക്ക് കുഞ്ഞേച്ചിയുമൊത്തു നാമം ജപിച്ചു. രഘുപതി രാഘവ രാജാറാം ചൊല്ലി അവസാനിപ്പിച്ചപ്പോൾ മുത്തശ്ശൻ ചോദിച്ച ചോദ്യം അവന്റെ മനസ്സിൽ മുഴങ്ങി.

അച്ഛന്റെ അസാന്നിധ്യത്തിലും ആരും റേഡിയോ ഓണാക്കാനൊ ന്നും പോയില്ല.

വടക്കേ കോലായിൽ ഇരുട്ടത്ത് പതിവുപോലെ വല്യേച്ചി ഉരലിൽ ഇരിപ്പുണ്ട്.

പഞ്ചായത്ത്ഓഫീസിൽ നിന്നും റേഡിയോ പാട്ടുകൾ കേൾക്കുന്നി ല്ല.വല്യേച്ചിയുടെ മൂളലുമില്ല. കുഞ്ഞേച്ചി ഒരു പുസ്തകത്തിൽ മുഖം പൂഴ്ത്തി ഇരിപ്പുണ്ട്. അമ്മ അടുക്കളയിൽ എന്തോ ചെയ്യുന്നു.

പെട്ടെന്ന് തനിച്ചായതുപോലെ. ഒറ്റപ്പെടലിന്റെ അഗാധതകളിലേ ക്ക് ആരോ തള്ളിയിട്ടതുപോലെ അവന് തോന്നി.

32

മൃത്യുവിന്റെ ചിറക്

രാത്രി രണ്ടമണിയോടെ അച്ഛൻ തിരിച്ചവന്നു എന്ന് അമ്മ പറഞ്ഞു. ചില കാര്യങ്ങൾ ശരിയാക്കിയ ശേഷം നാളെത്ത ന്നെ അച്ഛൻ വീണ്ടും നാട്ടിലേക്ക് പോകും. ഇനി ലീവ് എടുത്ത് അച്ഛൻ കുറച്ചദിവസം നാട്ടിൽ ആയിരിക്കുമത്രേ. ഇടയ്ക്ക് വന്നാലും പെട്ടെന്ന് തന്നെ തിരിച്ചപോകും.

ദിവസങ്ങൾക്ക് ദൈർഘ്യം വർദ്ധിച്ചത് പോലെ അവന് അനുഭവ പ്പെട്ടു. മുത്തച്ഛന്റെ അസാന്നിധ്യം ഒരു വിങ്ങലായി അവന്റെ മനസ്സിൽ തിണർത്തു കിടന്നു.

മുത്തശ്ശനെ നാട്ടിലേക്ക് കൊണ്ട് പോയിട്ട് രണ്ടാഴ്ച ആകാറാകുന്നു. അച്ഛൻ അധികവും നാട്ടിൽ തന്നെയാണ്. ഇടയ്ക്ക് രണ്ടുമൂന്നു തവണ വന്നിരുന്നു. വന്നാൽ പിറ്റേന്ന് തന്നെ തിരിച്ച പോകും.

മുത്തച്ഛന്റെ അവസ്ഥ നാൾക്കുനാൾ വഷളായിക്കൊണ്ടിരിക്കുക യാണ് എന്നാണ് അച്ഛൻ പറയുന്നത്.

ഭക്ഷണം തീരെയില്ല. ഒന്നും വേണ്ട. അപ്പനും ചിറ്റമ്മയും ഒരു വിഷ്ണു വേട്ടനും ഉണ്ട്. എല്ലാവരും കൂടി ശുശ്രൂഷകൾ ചെയ്യുന്നുണ്ടത്രേ

x x x x x x x x x x x

ഒരു തവണ അച്ഛൻ നാട്ടിലേക്ക് പോയിട്ട് മൂന്നാല് ദിവസങ്ങൾ കഴിഞ്ഞാണ് തിരിച്ചെത്തിയത്.

ഉച്ചയ്ക്ക് ഒരു മണിയൊക്കെ കഴിഞ്ഞു കാണും.

അച്ഛൻ മുറിയിൽ എത്തി വാച്ചും കണ്ണടയുമൊക്കെ ഊരി മേശപ്പുറ ത്ത് വെക്കുമ്പോൾ വളരെ ശാന്തനായി എല്ലാവരോടുമായി പറഞ്ഞു. "കഴിഞ്ഞു. എല്ലാം കഴിഞ്ഞു. ഇന്നലെ കാലത്താണ്.

 അന്ന് അവിടെ അങ്ങിനെ

9.30 ന് ആയിരുന്നു. ഉച്ചയ്ക്ക് രണ്ടമണിയോടെ സംസ്കാരവും മറ്റ കർമ്മങ്ങളും കഴിഞ്ഞു."

രണ്ടദിവസമായി തീരെ ബോധം ഉണ്ടായിരുന്നില്ലത്രേ. രാത്രി സ്ഥിതിവളരെ മോശമായി. ശ്വാസം കഴിക്കാനൊക്കെ ബുദ്ധിമുട്ടായി.

രാവിലെ മരണത്തിന്റെ ചിറകിലേറി മുത്തച്ഛൻ യാത്രയായി.... അജ്ഞാതമായ ഏതോ ലോകത്തേക്ക്.

ഉച്ചയ്ക്ക് ചിതയിൽ വച്ചപ്പോൾ കുറച്ച് ചാറ്റൽ മഴയുണ്ടായിരുന്നത്രേ. പെട്ടെന്ന് പഞ്ചസാര ചിതക്ക് മേലെ വിതറി. തീ ആളിക്കത്താൻ അങ്ങനെ ചെയ്യാറുണ്ട്.

അധികം ബുദ്ധിമുട്ടാതെയും ആരെയും ബുദ്ധിമുട്ടിക്കാതെയും മുത്ത ച്ഛൻ പോയി. പ്രതീക്ഷിച്ച മരണമായതിനാൽ അത് ആരിലും വലിയ പ്രയാസങ്ങൾ ഉണ്ടാക്കിയതായി തോന്നിയില്ല.

മുത്തച്ഛൻ നടന്ന് നടന്ന് അകലങ്ങളിൽ എവിടെയോ അപ്രത്യക്ഷ മാകുന്നതായി അവൻ ഭാവനയിൽ കണ്ടു.

ചിതയിൽ വെക്കാൻ നേരമായെന്നും അധിക നാളുകൾ അതിനി ല്ലെന്നും മുത്തച്ഛൻ ഒരു തവണ പറഞ്ഞത് അവന്റെ ഓർമ്മയിലെത്തി.

ഇവിടം വിട്ടു പോകാൻ കുറേ ദിവസങ്ങളായി മുത്തശ്ശൻ അത്രയ ധികം ആഗ്രഹിച്ച കാണും.

 അന്ന് അവിടെ അങ്ങിനെ

33
എവിടെയോ മറയുന്നുവോ?

രാവിലെ ഉണർന്നപ്പോൾ നല്ല ക്ഷീണം തോന്നി. തലവേദനയുണ്ട്. എഴുന്നേൽക്കാൻ തോന്നിയില്ല. അവൻ വീണ്ടും കിടന്നു.

കുറച്ചുനേരം കഴിഞ്ഞു കാണും. അമ്മ വന്നു പറഞ്ഞു. "ഇന്നലെ രാത്രി നിനക്ക് പനിച്ചിരുന്നു. എന്തൊക്കെയോ ഉറക്കത്തിൽ പറയുന്നുണ്ടായിരുന്നു. "

നെറ്റിയിൽ കൈവെച്ച് നോക്കി അമ്മ പറഞ്ഞു. "ഇപ്പോഴും ച്ചൂടുണ്ട്. അനങ്ങാതെ കിടന്നാൽ മതി. ഏതായാലും പരീക്ഷയൊക്കെ കഴിഞ്ഞ് സ്കൂൾ അടച്ചത് നന്നായി."

പതുക്കെ എഴുന്നേറ്റ് പല്ലു തേച്ചു. അമ്മ കാപ്പി തന്നത് എങ്ങനെയോ കുടിച്ചു. പക്ഷേ അത് മുഴുവൻ ഉടൻ തന്നെ ഛർദിച്ചു. അവൻ മുഖം കഴുകി വീണ്ടും കിടന്നു.

കടുത്ത ക്ഷീണം. അമ്മ തുണി നനച്ച നെറ്റിയിൽ ഇട്ടു തന്നു. "നല്ല പൊള്ളുന്ന പനി." അമ്മ അച്ഛനോട് പറയുന്നത് അവൻ മയക്കത്തിലേക്ക് വീഴവേ കേട്ടു.

വേഗം മരുന്ന് വാങ്ങി വരാം എന്ന് പറഞ്ഞ് അച്ഛൻ തിട്ടക്കത്തിൽ പോകുന്നത് അവൻ ഒരു മങ്ങിയ കാഴ്ചയിൽ കണ്ടു. കുറച്ച കഴിഞ്ഞ പ്പോൾ അമ്മ വിളിച്ചുണർത്തി കഴിക്കാനുള്ള മരുന്നും ഗുളികയും തന്നു. എന്നിട്ട് ഉറങ്ങിക്കോളാൻ പറഞ്ഞു.

ഉറക്കം ഒന്നും വരുന്നുണ്ടായിരുന്നില്ല. ക്ഷീണം... അസ്വസ്ഥത.

മുത്തച്ഛൻ ഇപ്പോൾ എവിടെയായിരിക്കും? ഇപ്പോൾ മുത്തച്ഛൻ ഉണ്ടായിരുന്നെങ്കിൽ അടുത്തു വന്നിരുന്ന വല്ലതുമൊക്കെ പറയുമായി രുന്നു. കഥകൾ പറഞ്ഞു തരുമായിരുന്നു. നെറ്റിയിൽ തലോടി ഒക്കെ ഉടനെ ഭേദം ആവ്വുമെന്ന് പറഞ്ഞു ആശ്വസിപ്പിക്കുമായിരുന്നു.

മുത്തച്ഛന്റെ സാന്നിധ്യം അവിടെ എവിടെയോ ഒക്കെ ഉള്ളതു പോലെ അവന് തോന്നി.

അമ്മ തുണി നനച്ച് നെറ്റിയിൽ ഇട്ടതുകൊണ്ട് ഇപ്പോൾ കുറച്ച് സുഖം തോന്നുന്നുണ്ട്.

കനം തൂങ്ങുന്ന കണ്ണുകൾ പതുക്കെ അടയുകയാണല്ലോ..

x x x x x x x x x x x

"എന്താ ശാപഥയാ! അടങ്ങിക്കിടക്കുന്നെ?"

ഭേ! മുത്തച്ഛൻ ആണല്ലോ കട്ടിലിൽ അടുത്തു വന്നിരിക്കുന്നത്! കഴുത്തിൽ തൊട്ട നോക്കി മുത്തച്ഛൻ പറഞ്ഞു. " കുറച്ച പനിയുണ്ട് . സാരമില്ല. ഇപ്പോൾ സുഖാവും."

നെറ്റിയിലെ നനഞ്ഞ തുണി മുത്തച്ഛൻ മെല്ലെ എടുത്തുമാറ്റി. നെറ്റിയിൽ മെല്ലെ തടവി. ഹായ് നല്ല സുഖം ! നല്ല തണുപ്പ്!

മുത്തച്ഛൻ കുഞ്ഞൂട്ടന് ഭസ്മം തൊട്ട് തരാം. സന്ധ്യയായില്ലേ. ശരിയാണ്. സന്ധ്യ ആയിരിക്കുന്നു.

മുത്തച്ഛന്റെ നെറ്റിയിലും ഉണ്ട് ഭസ്മക്കുറി. മുത്തച്ഛൻ അവന്റെ നെറ്റിയിൽ ഭസ്മം തൊട്ടവിച്ചു. ഭസ്മത്തിന്റെ നല്ല മണം. മുത്തച്ഛന്റെ മണം.

" ഇപ്പോൾ പനി മാറിയില്ലേ? അതാണ് സൂത്രം"

"ന്നാ ഒരു കഥയായാലോ? അല്ല ഏതു കഥയാണ് കുഞ്ഞൂട്ടന് വേണ്ടത്?"

മുത്തച്ഛന്റെ ചോദ്യം. "ഹനുമാന്റെ കഥ മതി മുത്തശ്ശാ. ലങ്കാദഹനം."

ഹനുമാൻ ലങ്ക ചുട്ടെരിച്ച കഥ അവന് വലിയ ഇഷ്ടമാണ്. ഹനുമാന്റെ വീരപരാക്രമങ്ങൾ... സാഹസങ്ങൾ..

അതെല്ലാം മുത്തച്ഛൻ വർണിക്കുമ്പോൾ ഹനുമാന്റെ വീരപരാക്രു മങ്ങൾ അവൻ മനസ്സിൽ കാണും. ചിലപ്പോൾ മുത്തച്ഛന്റെ വാക്കുകൾ ക്കൊപ്പം തുള്ളി കളിക്കാൻ തോന്നും.

പക്ഷേ ഇപ്പോൾ വയ്യ. അവൻ മുത്തച്ഛൻ പറഞ്ഞ കഥ രസിച്ച കേട്ടു. കഥയുടെ രസത്തിൽ പൊട്ടിച്ചിരിച്ചു. കഥ പറഞ്ഞു നിർത്തിയപ്പോൾ അവന് തീർന്ന പോയല്ലോ എന്ന് സങ്കടമായി. അവൻ മുത്തശ്ശനെയും നോക്കി കിടന്നു. മുത്തച്ഛൻ ഇപ്പോൾ നല്ല ഉന്മേഷത്തിലാണ് . മുഖത്ത് ചിരിയുണ്ട്. കണ്ണുകളിൽ തിളക്കമുണ്ട്, വാത്സല്യത്തിന്റെ... സ്നേഹത്തി ന്റെ..

     അന്ന് അവിടെ അങ്ങിനെ

"കുഞ്ഞൂട്ടൻ കണ്ണടച്ച് കിടന്നോ. ക്ഷീണമൊക്കെ ഇപ്പൊ പമ്പക ടക്കും ട്ടൊ "

അതും പറഞ്ഞ് മുത്തച്ഛൻ പതിയെ എഴുന്നേറ്റു.

അല്ല! ഇതെന്താണ് മുത്തച്ഛൻ ഇത്ര പെട്ടെന്ന് മാറിയത്? അതും ഇത്രവേഗം.?

മുത്തച്ഛന്റെ നെറ്റിയിൽ ഇപ്പോൾ ഭസ്മക്കുറി അല്ല. നല്ല മഞ്ഞ നിറ ത്തിലുള്ള കളഭമാണ്...നല്ല മണം.

മുത്തച്ഛന്റെ മുഖത്ത് നിറഞ്ഞ ചിരിയാണല്ലോ പുറത്തേക്ക് പോകുമ്പോൾ മാത്രം ഇടാറുള്ള അലക്കിത്തേച്ച വെള്ള ഷർട്ട്, വലിയ മുണ്ട്, ചുമലിൽ വേഷ്ടി, ചൂരലിന്റെ മഞ്ഞ നിറമുള്ള വാക്കിങ് സ്റ്റിക്ക്.

മുത്തച്ഛൻ എവിടെയോ പോകാനുള്ള പുറപ്പാടാണ്.

അവന് സങ്കടമായി. അവനെ കൂട്ടാതെ മുത്തച്ഛൻ എങ്ങോട്ടോ പോവുകയാണ്.

"മുത്തശ്ശാ ! മുത്തശ്ശാ ! നിൽക്ക് ! നിൽക്ക് ! ഞാനും വരുന്നു."

പക്ഷെ മുത്തച്ഛൻ കേൾക്കാത്തയെപോലെ മുന്നോട്ടനടന്നു പോവുകയാണ്.

"മുത്തശ്ശാ! മുത്തശ്ശാ! എന്നെയും കൂട്ട്..."

അവൻ മുത്തശ്ശനെ വിളിച്ച് ഉറക്കെ കരഞ്ഞു.

x x x x x x x x x x x x

നെറ്റിയിൽ തണുത്ത വിരൽ സ്പർശം. അവൻ കണ്ണുകൾ പ്രയാസ പ്പെട്ടു തുറന്നു. അരികെ അമ്പരന്നിരിക്കുന്ന അമ്മയുടെ മുഖമാണ് അവൻ കണ്ടത്.

"കുട്ടൻ എന്താ മുത്തശ്ശനെ വിളിച്ച കരയുന്നത് കേട്ടത് ? ഞാൻ അത് കേട്ട് ഓടി വരികയായിരുന്ന അടുക്കളയിൽ നിന്ന്. മുത്തശ്ശനെ സ്വപ്നം കണ്ട അല്ലേ?"

അമ്മ ചോദിച്ചു. "സ്വപ്നം ഒന്നുമല്ല. മുത്തശ്ശൻ ശരിക്കും വന്നു. ഹനുമാന്റെ കഥ പറഞ്ഞു തന്നു. ലങ്കാദഹനം."

അവൻ നെറ്റിയിൽ തടവി നോക്കി. നെറ്റിയിൽ ഭസ്മത്തിന്റെ നനനനത്ത തരികൾ. വിരലിൽ പുരണ്ട ഭസ്മം അമ്മയെ കാട്ടി അവൻ പറഞ്ഞു. "ഇതാ മുത്തശ്ശൻ തൊട്ടുവിച്ച ഭസ്മം."

അപ്പോൾ അമ്മ പതിയെ പറഞ്ഞു. "കുറച്ച മുമ്പ് ഞാനാണ് നനഞ്ഞ ശീല മാറ്റി കുട്ടനെ ഭസ്മം തൊട്ടുവിച്ചത്. അപ്പോൾ പനി നന്നായി വിയർ ത്തിരുന്നു. സന്ധ്യയായാൽ ഭസ്മം തൊടണ്ടേ? ഇപ്പോൾ പനി തീർത്തും മാറി."

തലയിൽ തലോടി കൊണ്ട് അമ്മ പറഞ്ഞു "മുത്തശ്ശൻ വന്നത് തന്നെയാവും. മുത്തശ്ശന് സ്വപ്നത്തിൽ മാത്രമല്ലേ ഇനി കുഞ്ഞുട്ടന്റടുത്ത് വരാൻ കഴിയൂ."

അമ്മ പതുക്കെ എഴുന്നേറ്റപോയി. അതെ സ്വപ്നത്തിൽ മാത്രമേ മുത്തച്ഛന് ഇനി അവന്റെ അടുത്ത് വരാൻ കഴിയൂ. സ്വപ്നങ്ങളിൽ ഇനിയും മുത്തച്ഛൻ വന്നെത്തണമെന്ന് ആഗ്രഹിച്ചുകൊണ്ട് അവൻ പതിയെ കണ്ണുകൾ അടച്ചു.

അപ്പോൾ അകലെ അകലെ അകലെ എങ്ങോ നിന്ന് സ്നേഹച്ചിറ കുകളിൽ പറന്നു വന്ന് മുത്തച്ഛൻ അവനെ വാത്സല്യത്തോടെ തലോടി.

   അന്ന് അവിടെ അങ്ങിനെ

www.ingramcontent.com/pod-product-compliance
Lightning Source LLC
LaVergne TN
LVHW042200190726
843493LV00006B/1750